సస్వర వేదమంత్రాలు

GIRI

GIRI TRADING AGENCY PRIVATE LIMITED

SASVARA VEDAMANTRALU

(Telugu)

ISBN : 978-81-7950-152-8

1st & 2nd Edition : 2003, April 2014 | 6th Reprint : Feb. 2022

Pages 208 | Crown | Maplitho | 300 Copies

Published by : GIRI TRADING AGENCY PRIVATE LIMITED

Regd. Office : Modi Niwas, Opp.Post Office, Matunga, Mumbai - 19. ✆ (022) 2412 1344

Admn. Office : No.372/1, Mangadu Pattur Koot Road, Mangadu, Chennai - 600 122.

✆ +91 44 66 93 93 93 (Multiple Lines), +91 44 2679 3190, 3100

www.giri.in ✉ sales@giri.in

SHOWROOMS: MUMBAI - CHENNAI - KANCHIPURAM - COIMBATORE - MADURAI - TRICHY- PUDUCHERRY- KUMBAKONAM - HOSUR- VILLUPURAM- SECUNDERABAD- HYDERABAD - BENGALURU - NEW DELHI

CONTENTS

తైత్తిరీయోపనిషత్

ప్రథమః ప్రశ్నః శిక్షావల్లీ

ఓం శం నో మిత్రశ్శం వరుణః । శం నో భవత్వర్యమా।
శం న ఇన్ద్రో బృహస్పతిః । శం నో విష్ణు-రురుక్రమః। నమో
బ్రహ్మణే। నమస్తే వాయో। త్వమేవ ప్రత్యక్షం బ్రహ్మాసి। త్వమేవ
ప్రత్యక్షం బ్రహ్మ వదిష్యామి । ఋతం వదిష్యామి। సత్యం
వదిష్యామి । తన్మామవతు । తద్వక్తారమవతు । అవతు మామ్।
అవతు వక్తారమ్ ॥ 1

॥ ఓం శాన్తిః శాన్తిః శాన్తిః ॥

శిక్షాశాస్త్రార్థసంగ్రహః

శీక్షాం వ్యాఖ్యాస్యామః । వర్ణస్స్వరః । మాత్రా బలమ్।
సామ సన్తానః । ఇత్యుక్తశ్శీక్షాధ్యాయః ॥ 2

సంహితోపాసనమ్

సహ నౌ యశః । సహ నౌ బ్రహ్మవర్చసమ్ । అథాత
స్సꣳహితాయా ఉపనిషదం వ్యాఖ్యాస్యామః పఞ్చస్వధికరణేషు।
అధిలోకమధి-జ్యౌతిష-మధివిద్య-మధిప్రజ-మధ్యాత్మమ్ ।
తా మహాసꣳహితా ఇత్యాచక్షతే । అథాధిలోకమ్। పృథివీ
పూర్వరూపమ్ । ద్యౌరుత్తరరూపమ్ । ఆకాశస్సన్ధిః॥

వాయు-స్సన్ధానమ్ । ఇత్యధిలోకమ్। అథాధిజ్యౌతిషమ్ । అగ్నిః పూర్వరూపమ్ । ఆదిత్య ఉత్తరరూపమ్ ।ఆపస్సన్ధిః। వైద్యుతస్సన్ధానమ్।ఇత్యధిజ్యౌతిషమ్। అథాధివిద్యమ్ ।ఆచార్యః పూర్వరూపమ్ । 4

అన్తేవాస్యుత్తరరూపమ్ । విద్యా సన్ధిః । ప్రవచనꣳ సన్ధానమ్। ఇత్యధివిద్యమ్ । అథాధిప్రజమ్ । మాతాపూర్వ రూపమ్ । పితోత్తరరూపమ్ । ప్రజాసన్ధిః । ప్రజననꣳసన్ధానమ్ ।ఇత్యధిప్రజమ్॥ 5

అథాధ్యాత్మమ్ । అధరాహనుః పూర్వరూపమ్ । ఉత్తరాహ నురుత్తర రూపమ్ । వాక్సన్ధిః। జిహ్వా-సన్ధానమ్ । ఇత్యధ్యాత్మమ్। ఇతీమామహాసꣳహితాః । య ఏవమేతామహాసꣳహితా వ్యాఖ్యాతా వేద । సన్ధీయతే ప్రజయాపశుభిః । బ్రహ్మవర్చసేనా న్నాద్యేన సువర్గ్యేణలోకేన ॥ 6

మేధాది-సిద్ధ్యర్థా ఆవహన్తీహోమ-మన్త్రాః

యశ్ఛన్దసా-మృషభో విశ్వరూపః । ఛన్దోభ్యోఽధ్యమృ తాథ్సంబభూవ । స మేన్ద్రో మేధయా స్పృణోతు । అమృతస్య దేవధారణో భూయాసమ్ । శరీరంమే విచర్షణమ్ ।

జిహ్వామే మధుమత్తమా । కర్ణాభ్యాం భూరివిశ్రువమ్ । బ్రహ్మణః కోశోఽసి మేధయా పిహితః శ్రుతం మే గోపాయ । ఆవహన్తీ వితన్వానా ॥ 7

కుర్వాణా చీరమాత్మనః । వాసాꣳసి మమ గావశ్చ । అన్నపానే చ సర్వదా । తతో మే శ్రియ-మావహ । లోమశాం పశుభిస్సహ స్వాహా । ఆమాయన్తు బ్రహ్మచారిణస్స్వాహా । విమాయన్తు బ్రహ్మచారిణ-స్స్వాహా । ప్రమాయన్తు బ్రహ్మచారిణ స్స్వాహా। దమాయన్తు బ్రహ్మచారిణస్స్వాహా । శమాయన్తు బ్రహ్మచారిణ స్స్వాహా ॥ 8

యశో జనేఽసాని స్వాహా । శ్రేయాన్ వస్యసోఽసాని స్వాహా । తం త్వా భగ ప్రవిశాని స్వాహా । స మా భగ ప్రవిశ స్వాహా । తస్మిన్ సహస్రశాఖే ॥ నిభగాఽహం త్వయి మృజే స్వాహా। యథాఽఽపః ప్రవతాఽయన్తి । యథా మాసా అహర్జరమ్। ఏవం మాం బ్రహ్మ చారిణః। ధాత-రాయన్తు సర్వత-స్స్వాహా। ప్రతివేశోఽసి ప్రమాభాహి ప్రమాపద్యస్వ ॥ 9

వ్యాహృత్యుపాసనమ్

భూ-ర్భువ-స్సువ-రితి వా ఏతా-స్తిస్రో వ్యాహృతయః । తాసాముహస్మై తాం చతుర్థీమ్ । మాహాచమస్యః ప్రవేదయతే।

మహ ఇతి । తద్బ్రహ్మ । స ఆత్మా । అఙ్గాన్యన్యాదేవతాః । భూరితి వా అయం లోకః । భువ ఇత్యన్తరిక్షమ్ । సువ-రిత్యసౌ లోకః ॥ 10

మహ ఇత్యాదిత్యః । ఆదిత్యేన వావ సర్వే-లోకామహీయన్తే । భూరితి వా అగ్నిః । భువ ఇతి వాయుః । సువరిత్యాదిత్యః । మహ ఇతి చన్ద్రమాః । చన్ద్రమసా వావ సర్వాణి జ్యోతీꣳషి మహీయన్తే । భూ-రితి వా ఋచః । భువ ఇతి సామాని । సువ-రితి యజూꣳషి ॥ 11

మహ ఇతి బ్రహ్మ । బ్రహ్మణా వావ సర్వే-వేదామహీయన్తే । భూరితి వై ప్రాణః । భువ ఇత్యపానః । సువరితి వ్యానః । మహ ఇత్యన్నమ్ । అన్నేన వావ సర్వే ప్రాణా మహీయన్తే । తా వా ఏతాశ్చతస్రశ్చతుర్ధా । చతస్రశ్చతస్రో వ్యాహృతయః । తా యో వేద । స వేద బ్రహ్మ । సర్వేఽస్మైదేవా బలిమావహన్తి ॥ 12

మనోమయత్వాది-గుణక-బ్రహ్మోపాసనయా స్వారాజ్యసిద్ధిః

స య ఏషోఽన్త-ర్హృదయ ఆకాశః । తస్మిన్నయం పురుషో మనోమయః । అమృతో హిరణ్మయః । అన్తరేణ తాలుకే ।

యఎషస్తన ఇవావలమ్బతే । సేన్ద్రయోనిః । యత్రాసౌ కేశాన్తో వివర్తతే । వ్యపోహ్య శీర్షకపాలే । భూరిత్యగ్నౌ ప్రతితిష్ఠతి । భువ ఇతి వాయౌ ॥ 13

సువరిత్యాదిత్యే । మహ ఇతి బ్రహ్మణి । ఆప్నోతి స్వారాజ్యమ్ । ఆప్నోతి మనసస్పతిమ్ । వాక్పతిశ్చక్షుష్పతిః । శ్రోత్రపతి - ర్విజ్ఞానపతిః । ఏతత్తతో భవతి । ఆకాశశరీరం బ్రహ్మ । సత్యాత్మ ప్రాణారామం మన ఆనన్దమ్ । శాన్తిసమృద్ధమమృతమ్ । ఇతి ప్రాచీన యోగ్యోపాస్స్వ ॥ 14

పృథివ్యాద్యుపాధిక-పఙ్క్త-బ్రహ్మోపాసనమ్

పృథివ్యన్తరిక్షం ద్యౌ-ర్దిశోవాన్తరదిశాః । అగ్నిర్వాయు రాదిత్యశ్చన్ద్రమా నక్షత్రాణి । ఆప ఓషధయో వనస్పతయ ఆకాశ ఆత్మా । ఇత్యధిభూతమ్ । అథాధ్యాత్మమ్ । ప్రాణోవ్యానోఽపాన ఉదానస్సమానః । చక్షుశ్శ్రోత్రం మనో వాక్ త్వక్ ॥ చర్మమాం సఁస్నావాఽస్థి మజ్జా । ఏత-దధివిధాయ ఋషి-రవోచత్ । పాఙ్క్తం వా ఇదఁసర్వమ్ । పాఙ్క్తేనైవ పాఙ్క్తఁస్పృణోతీతి ॥ 15

ప్రణవోపాసనమ్

ఓమితి బ్రహ్మ । ఓమితీదఁసర్వమ్ । ఓమిత్యేతద నుకృతి హస్మ వా అప్యోశ్రావయేత్యా-శ్రావయన్తి । ఓ-మితి

సామాని గాయన్తి । ఓం శో-మితిశ్శస్త్రాణి శంసన్తి । ఓమిత్య ధ్వర్యుః ప్రతిగరం ప్రతిగృణాతి । ఓ-మితి బ్రహ్మ ప్రసౌతి । ఓమిత్యగ్నిహోత్ర-మనుజానాతి । ఓమితిబ్రాహ్మణః ప్రవక్ష్యన్నాహ బ్రహ్మోపాప్నవానీతి। బ్రహ్మైవోపా-ప్నోతి ॥ 16

స్వాధ్యాయ-ప్రశంసా

ఋతం చ స్వాధ్యాయప్రవచనే చ । సత్యం చ స్వాధ్యాయ ప్రవచనే చ । తపశ్చ స్వాధ్యాయప్రవచనే చ । దమశ్చ స్వాధ్యాయ ప్రవచనే చ । శమశ్చస్వాధ్యాయప్రవచనే చ । అగ్నయశ్చ స్వాధ్యాయప్రవచనే చ । అగ్నిహోత్రం చ స్వాధ్యాయ ప్రవచనే చ। అతిథయశ్చ స్వాధ్యాయప్రవచనే చ। మానుషం చ స్వాధ్యాయప్రవచనే చ । ప్రజా చ స్వాధ్యాయ ప్రవచనే చ। ప్రజనశ్చ స్వాధ్యాయప్రవచనే చ । ప్రజాతిశ్చ స్వాధ్యా యప్రవచనే చ । సత్యమితి సత్యవచా రాథీతరః । తప ఇతి తపోనిత్యః పౌరుశిష్టిః । స్వాధ్యాయ ప్రవచనే ఏవేతి నాకో మౌద్గల్యః । తద్ధి తప-స్తద్ధి తపః ॥ 17

బ్రహ్మజ్ఞాన-ప్రకాశక-మన్త్రః

అహం వృక్షస్య రేరివా । కీర్తిః పృష్ఠం గిరే-రివ । ఊర్ధ్వ-పవిత్రో వాజినీవస్వమృత-మస్మి । ద్రవిణ సవర్చసమ్ । సుమేధా అమృతోక్షితః । ఇతి త్రిశఙ్కోర్వేదాను వచనమ్ ॥ 18

శిష్యానుశాసనమ్

వేదమనూచ్యాచార్యోఽన్తేవాసిన-మనుశాస్తి । సత్యం వద । ధర్మం చర । స్వాధ్యాయాన్మా ప్రమదః । ఆచార్యాయ ప్రియం ధనమాహృత్య ప్రజాతన్తుం మా వ్యవచ్ఛేత్సీః । సత్యాన్న ప్రమదితవ్యమ్ । ధర్మాన్న ప్రమదితవ్యమ్ । కుశలాన్న ప్రమది తవ్యమ్ । భూత్యై న ప్రమదితవ్యమ్ । స్వాధ్యాయప్రవచనాభ్యాం న ప్రమదితవ్యమ్ ॥ 19

దేవపితృకార్యాభ్యాం న ప్రమదితవ్యమ్ । మాతృదేవో భవ। పితృదేవో భవ । ఆచార్య దేవో భవ । అతిథిదేవో భవ । యాన్యన వద్యాని కర్మాణి । తాని సేవితవ్యాని । నో ఇతరాణి । యాన్యస్మాకꣳ సుచరితాని । తాని త్వయోపాస్యాని ॥ 20

నో ఇతరాణి । యే కే చాస్మచ్ఛ్రేయాꣳసో బ్రాహ్మణాః । తేషాం త్వయాఽఽసనే న ప్రశ్వసితవ్యమ్ । శ్రద్ధయా దేయమ్ ।

అశ్రద్ధయాఽదేయమ్ । శ్రియాదేయమ్ । హ్రియా దేయమ్ । భియా దేయమ్ । సంవిదా దేయమ్ । అథ యది తే కర్మవిచికిత్సా వా వృత్తవిచికిత్సా వా స్యాత్ ॥ 21

యే తత్ర బ్రాహ్మణా-స్సమ్మర్ శినః । యుక్తా ఆయుక్తాః । అలూక్షా ధర్మకామాస్స్యుః । యథా తే తత్ర వర్తేరన్ । తథా తత్ర వర్తేథాః । అథాభ్యాఖ్యాతేషు । యే తత్ర బ్రాహ్మణా-స్సమ్మర్శినః । యుక్తా ఆయుక్తాః । అలూక్షా ధర్మ-కామాస్స్యుః । యథా తే తేషు వర్తేరన్ । తథా తేషు వర్తేథాః । ఏష ఆదేశః । ఏష ఉపదేశః । ఏషా వేదోపనిషత్ । ఏతదనుశాసనమ్ । ఏవముపాసితవ్యమ్ । ఏవముచైతదుపాస్యమ్। ॥ 22

ఉత్తరశాన్తిపాఠః

శం నో మిత్ర-శ్శం వరుణః। శం నో భవత్వర్యమా। శం న ఇన్ద్రో బృహస్పతిః । శం నో విష్ణు-రురుక్రమః । నమో బ్రహ్మణే। నమస్తే వాయో । త్వమేవ ప్రత్యక్షం బ్రహ్మాసి । త్వామేవ ప్రత్యక్షం బ్రహ్మావాదిషమ్ । ఋతమవాదిషమ్ । సత్యమవాదిషమ్ । తన్మామావీత్ । తద్వక్తారమావీత్ । ఆవీన్మామ్ । ఆవీద్వక్తారమ్ । ॥ ఓం శాన్తిః శ్శాన్తిః శ్శాన్తిః ॥

ద్వితీయః ప్రశ్నః బ్రహ్మానన్దవల్లీ

ఓం సహ నా-వవతు । సహనౌ భునక్తు । సహ వీర్యం కరవావహై । తేజస్వినా-వధీతమస్తు మా విద్విషావహై ।

॥ ఓం శాన్తిః శ్శాన్తిః శ్శాన్తిః ॥

ఉపనిషత్సారసంగ్రహః

ఓం బ్రహ్మవిదాప్నోతి పరమ్ । తదేషాఽభ్యుక్తా । సత్యం జ్ఞానమనన్తం బ్రహ్మ । యో వేద నిహితం గుహాయాం పరమే వ్యోమన్ । సోఽశ్నుతే సర్వాన్ కామాన్సహ ॥ బ్రహ్మణా విపశ్చితేతి। తస్మాద్వా ఏతస్మాదాత్మన ఆకాశస్సంభూతః । ఆకాశాద్వాయుః। వాయోరగ్నిః । అగ్నేరాపః । అద్భ్యః పృథివీ। పృథివ్యా ఓషధయః। ఓషధీభ్యోఽన్నమ్ । అన్నాత్పురుషః। స వా ఏష పురుషోఽన్నరసమయః । తస్యేద-మేవ శిరః । అయం దక్షిణః పక్షః । అయముత్తరః పక్షః । అయమాత్మా । ఇదం పుచ్ఛం ప్రతిష్ఠా । తదప్యేష శ్లోకో భవతి ॥ 1

పఞ్చకోశవివరణమ్

అన్నాద్వై ప్రజాః ప్రజాయన్తే । యాః కాశ్చ పృథివీꣳ శ్రితాః। అథో అన్నేనైవ జీవన్తి। అథైనదపియన్త్యన్తతః । అన్నꣳహి

భూతానాం జ్యేష్ఠమ్ । తస్మాత్సర్వౌషధముచ్యతే । సర్వం వై తేఽన్నమాప్నువన్తి । యేఽన్నం బ్రహ్మోపాసతే । అన్నꣳ హి భూతానాం జ్యేష్ఠమ్ । తస్మాత్ సర్వౌషధముచ్యతే । అన్నాద్భూతాని జాయన్తే । జాతాన్యన్నేన వర్ధన్తే । అద్యతేఽత్తి చ భూతాని। తస్మాదన్నం తదుచ్యత ఇతి। తస్మాద్వా ఏతస్మాదన్నరసమయాత్ । అన్యోఽన్తర ఆత్మా ప్రాణమయః। తేనైష పూర్ణః । స వా ఏష పురుషవిధ ఏవ । తస్య పురుష విధతామ్ । అన్వయం పురుషవిధః । తస్య ప్రాణ ఏవ శిరః । వ్యానో దక్షిణః పక్షః । అపాన ఉత్తరః పక్షః । ఆకాశ ఆత్మా। పృథివీ పుచ్ఛం ప్రతిష్ఠా । తదప్యేష శ్లోకో భవతి ॥ 2

ప్రాణం దేవా అనుప్రాణన్తి । మనుష్యాః పశవశ్చ యే । ప్రాణో హి భూతానా-మాయుః । తస్మా-త్సర్వాయుషముచ్యతే। సర్వమేవ త ఆయు-ర్యన్తి । యే ప్రాణం బ్రహ్మోపాసతే । ప్రాణో హి భూతానా-మాయుః । తస్మాత్సర్వాయుషముచ్యత ఇతి । తస్యైష ఏవ శారీర ఆత్మా । యః పూర్వస్య । తస్మాద్వా ఏతస్మాత్ ప్రాణమయాత్ । అన్యోఽన్తర ఆత్మా మనోమయః । తేనైష పూర్ణః। స వా ఏష పురుషవిధ ఏవ । తస్య పురుషవిధతామ్। అన్వయంపురుషవిధః । తస్య యజురేవ శిరః । ఋగ్దక్షిణః

పక్షః । సామోత్తరః పక్షః । ఆదేశ ఆత్మా । అథర్వాఙ్గిరసః పుచ్ఛం ప్రతిష్ఠా । తదప్యేష శ్లోకో భవతి ॥ 3

యతో వాచో నివర్తన్తే । అప్రాప్య మనసా సహ । ఆనన్దం బ్రహ్మణో విద్వాన్ । న బిభేతి కదాచనేతి । తస్యైష ఏవ శారీర ఆత్మా । యః పూర్వస్య । తస్మాద్వా ఏతస్మాన్మనోమయాత్ । అన్యోఽన్తర ఆత్మా విజ్ఞానమయః । తేనైష పూర్ణః । స వా ఏష పురుషవిధ ఏవ । తస్య పురుషవిధతామ్ । అన్వయం పురుషవిధః । తస్య శ్రద్ధైవ శిరః । ఋతం దక్షిణః పక్షః । సత్యముత్తరః పక్షః । యోగ ఆత్మా । మహః పుచ్ఛం ప్రతిష్ఠా । తదప్యేష శ్లోకో భవతి ॥ 4

విజ్ఞానం యజ్ఞం తనుతే । కర్మాణి తనుతేఽపి చ । విజ్ఞానం దేవాస్సర్వే । బ్రహ్మ జ్యేష్ఠముపాసతే । విజ్ఞానం బ్రహ్మ చేద్వేద । తస్మాచ్చేన్న ప్రమాద్యతి । శరీరే పాప్మనో హిత్వా । సర్వాన్కామాన్త్సమశ్నుత ఇతి । తస్యైష ఏవ శారీర ఆత్మా । యః పూర్వస్య । తస్మాద్వా ఏతస్మాద్విజ్ఞానమయాత్ । అన్యోఽన్తర ఆత్మాఽఽనన్దమయః । తేనైష పూర్ణః । స వా ఏష పురుషవిధ ఏవ । తస్య పురుషవిధతామ్ । అన్వయం పురుషవిధః । తస్య ప్రియమేవ శిరః । మోదో దక్షిణః

పక్షః । ప్రమోద ఉత్తరః పక్షః । ఆనన్ద ఆత్మా । బ్రహ్మ పుచ్ఛం ప్రతిష్ఠా। తదప్యేష శ్లోకో భవతి ॥ 5

అసన్నేవ స భవతి । అసద్-బ్రహ్మేతి వేద చేత్ । అస్తి బ్రహ్మేతి చేద్వేద । సన్త-మేనం తతో విదు-రితి । తస్యైష ఏవ శారీర ఆత్మా। యః పూర్వస్య । అథాతోఽనుప్రశ్నాః। ఉతావిద్వా-నముం లోకం ప్రేత్య । కశ్చన గచ్ఛతీ 3 । ఆహో విద్వా-నముం లోకం ప్రేత్య । కశ్చిత్సమశ్నుతా 3 ఉ । సోఽకామయత । బహుస్యాం ప్రజాయేయేతి । స తపోఽతప్యత। స తప -స్తప్త్వా । ఇదꣳ- సర్వ-మసృజత । యదిదం కిఞ్చ । తత్సృష్ట్వా । తదేవానుప్రావిశత్। తదనుప్రవిశ్య । సచ్చ త్యచ్చాభవత్ । నిరుక్తం చానిరుక్తం చ। నిలయనం చానిలయనం చ । విజ్ఞానం చావిజ్ఞానం చ । సత్యం చానృతం చ సత్యమభవత్ । యదిదం కిఞ్చ । తత్సత్య-మిత్యాచక్షతే । తదప్యేష శ్లోకో భవతి ॥ 6

అభయప్రతిష్ఠా

అసద్వా ఇద-మగ్ర ఆసీత్। తతో వై సదజాయత। తదాత్మానꣳస్వయ-మకురుత । తస్మా-త్తత్సుకృతముచ్యత ఇతి।

యద్వై తత్సుకృతమ్ । రసో వై సః । రసగ్ం హ్యేవాయం లబ్ధ్వాఽఽనన్దీ
భవతి । కో హ్యేవాన్యాత్కః ప్రాణ్యాత్।యదేష ఆకాశ ఆనన్దో న
స్యాత్ । ఏష హ్యేవానన్దయాతి । యదా హ్యేవైష ఏతస్మిన్నదృశ్యే
ఽనాత్మ్యేఽనిరుక్తేఽనిలయనేఽభయం ప్రతిష్ఠాం విన్దతే । అథ
సోఽభయం గతో భవతి । యదా హ్యేవైష ఏతస్మిన్నుదర-మన్తరం
కురుతే।అథ తస్య భయం భవతి । తత్త్వేవ భయం
విదుషోఽమన్వానస్య । తదప్యేష శ్లోకో భవతి ॥ 7

బ్రహ్మానన్దమీమాంసా

భీషాఽస్మా-ద్వాతః పవతే । భీషోదేతి సూర్యః ।
భీషాఽస్మాదగ్ని-శ్చేన్ద్రశ్చ । మృత్యుర్ధావతి పఞ్చమ ఇతి ।
సైషాఽఽనన్దస్య మీమాగ్ంసా భవతి । యువా స్యాత్సాధు
యువాధ్యాయకః । ఆశిష్ఠో దృఢిష్ఠో బలిష్ఠః । తస్యేయం పృథివీ
సర్వా విత్తస్య పూర్ణా స్యాత్ । స ఏకో మానుష ఆనన్దః । తే యే
శతం మానుషా ఆనన్దాః । స ఏకో మనుష్యగన్ధర్వాణామానన్దః ।
శ్రోత్రియస్య చాకామహతస్య । తే యే శతం మనుష్యగన్ధ
ర్వాణా-మానన్దాః । స ఏకో దేవగన్ధర్వాణా-మానన్దః ।
శ్రోత్రియస్య చాకామహతస్య । తే యే శతం దేవగన్ధర్వాణా-

మానన్దాః । స ఏకః పితృణాం చిరలోకలోకానా-మానన్దః। శ్రోత్రియస్య చాకామహతస్య । తే యే శతం పితృణాం చిరలోక లోకానామానన్దాః । స ఏక ఆజానజానాం దేవానా-మానన్దః । శ్రోత్రియస్య చాకామహతస్య । తే యే శతమాజానజానాం దేవానా మానన్దాః । స ఏకః కర్మదేవానాం దేవానామానన్దః । యే కర్మణా దేవానపియన్తి । శ్రోత్రియస్య చాకామహతస్య । తే యే శతం కర్మదేవానాం దేవానామానన్దాః । స ఏకో దేవా నామానన్దః । శ్రోత్రియస్య చాకామహతస్య । తే యే శతందేవానా-మానన్దాః । స ఏక ఇన్ద్రస్యానన్దః । శ్రోత్రియస్య చాకామహతస్య । తే యే శతమిన్ద్ర-స్యానన్దాః । స ఏకో బృహస్పతే-రానన్దాః । శ్రోత్రియస్య చాకామహతస్య । తే యే శతం బృహస్పతేరానన్దాః । స ఏకః ప్రజాపతే-రానన్దః । శ్రోత్రియస్య చాకామహతస్య। తే యే శతం ప్రజాపతే-రానన్దాః। స ఏకో బ్రహ్మణ ఆనన్దః । శ్రోత్రియస్య చాకామహతస్య । స యశ్చాయం పురుషే । యశ్చాసావాదిత్యే। స ఏకః । స య ఏవంవిత్ । అస్మాꣳల్లోకాత్ప్రేత్య। ఏతమన్నమయ మాత్మాన-ముపసఙ్క్రామతి । ఏతం ప్రాణమయమాత్మాన - ముప సఙ్క్రామతి । ఏతం మనోమయ - మాత్మాన -ముపసఙ్క్రామతి।

ఏతం విజ్ఞానమయ - మాత్మాన ముపసంక్రామతి । ఏతమానన్ద మయ-మాత్మాన - ముపసంక్రామతి । తదప్యేష శ్లోకో భవతి ॥8

యతో వాచో నివర్తన్తే । అప్రాప్య మనసా సహ । ఆనన్దం బ్రహ్మణో విద్వాన్ । న బిభేతి కుతశ్చనేతి । ఏతꣳహ వావ న తపతి । కిమహꣳసాధు నాకరవమ్ । కిమహం పాప-మకరవమితి । స య ఏవం విద్వానేతే ఆత్మానꣳ స్పృణుతే । ఉభే హ్యేవైష ఏతే ఆత్మానꣳస్పృణుతే । య ఏవం వేద । ఇత్యుపనిషత్ ॥ 9

ఓం సహ నా-వవతు... ఓం శాన్తిః శ్శాన్తిః శ్శాన్తిః॥

తృతీయఃప్రశ్నః భృగువల్లీ

ఓం సహ నా-వవతు । సహ నౌ భునక్తు । సహ వీర్యం కరవావహై । తేజస్వినావధీతమస్తు మా విద్విషావహై । ఓం శాన్తిః శ్శాన్తిః శ్శాన్తిః ॥

బ్రహ్మజిజ్ఞాసా

భృగు-ర్వై వారుణిః । వరుణం పితర-ముపససార । అధీహి భగవో బ్రహ్మేతి । తస్మా ఏతత్ప్రోవాచ । అన్నం ప్రాణం చక్షుశ్శ్రోత్రం మనో వాచ-మితి । తꣳహోవాచ । యతో వా

ఇమాని భూతాని జాయన్తే । యేన జాతాని జీవన్తి ।
యత్ప్రయన్త్యభిసంవిశన్తి । తద్విజిజ్ఞాసస్వ । తద్బ్రహ్మేతి ।
స తపో౽తప్యత । స తపస్తప్త్వా ॥ 1

పఞ్చకోశాన్తఃస్థిత–బ్రహ్మనిరూపణమ్

అన్నం బ్రహ్మేతి వ్యజానాత్ । అన్నాద్ధ్యేవ ఖల్విమాని భూతాని జాయన్తే । అన్నేన జాతాని జీవన్తి । అన్నంప్రయన్త్యభి సంవిశన్తీతి। తద్విజ్ఞాయ । పునరేవ వరుణం పితర ముపసార । అధీహి భగవో బ్రహ్మేతి । తꣳహోవాచ । తపసా బ్రహ్మ విజిజ్ఞాసస్వ । తపో బ్రహ్మేతి । స తపో౽తప్యత । స తప–స్తప్త్వా॥ 2

ప్రాణో బ్రహ్మేతి వ్యజానాత్ । ప్రాణా–ద్ధ్యేవ ఖల్విమాని భూతాని జాయన్తే । ప్రాణేన జాతాని జీవన్తి । ప్రాణం ప్రయన్త్యభిసంవిశన్తీతి । తద్విజ్ఞాయ । పున–రేవవరుణం పితరముపససార । అధీహి భగవో బ్రహ్మేతి । తꣳహోవాచ । తపసా బ్రహ్మ విజిజ్ఞాసస్వ । తపో బ్రహ్మేతి । స తపో౽తప్యత । స తప–స్తప్త్వా॥ 3

మనో బ్రహ్మేతి వ్యజానాత్ । మనసో హ్యేవ ఖల్విమాని భూతాని జాయన్తే । మనసా జాతాని జీవన్తి । మనః ప్రయన్త్యభి సంవిశన్తీతి । తద్విజ్ఞాయ । పున-రేవ వరుణం పితరముపససార । అధీహి భగవో బ్రహ్మేతి । తꣳహోవాచ । తపసా బ్రహ్మ విజిజ్ఞాసస్వ। తపో బ్రహ్మేతి । స తపోఽతప్యత । స తపస్తప్త్వా॥ 4

విజ్ఞానం బ్రహ్మేతి వ్యజానాత్ । విజ్ఞానా-ద్ధ్యేవఖల్విమాని భూతాని జాయన్తే । విజ్ఞానేన జాతాని జీవన్తి । విజ్ఞానం ప్రయన్త్యభి సంవిశన్తీతి । తద్విజ్ఞాయ । పున-రేవ వరుణం పితర- ముపససార । అధీహి భగవో బ్రహ్మేతి । తꣳ హోవాచ। తపసా బ్రహ్మవిజిజ్ఞాసస్వ । తపో బ్రహ్మేతి । స తపోఽ తప్యత । స తప-స్తప్త్వా॥ 5

ఆనన్దో బ్రహ్మేతి వ్యజానాత్ । ఆనన్దాద్ధ్యేవ ఖల్విమాని భూతాని జాయన్తే । ఆనన్దేన జాతాని జీవన్తి । ఆనన్దం ప్రయన్త్యభి సంవిశన్తీతి । సైషా భార్గవీ వారుణీ విద్యా । పరమే వ్యోమన్ ప్రతిష్ఠితా।య ఏవం వేద ప్రతితిష్ఠతి । అన్నవానన్నాదో భవతి। మహాన్ భవతి ప్రజయా పశుభిర్బ్రహ్మవర్చసేన । మహాన్కీర్త్యా॥

అన్నబ్రహ్మోపాసనమ్

అన్నం న నిన్ద్యాత్ । తద్వ్రతమ్ । ప్రాణో వా అన్నమ్ । శరీరమ-న్నాదమ్ । ప్రాణే శరీరం ప్రతిష్ఠితమ్ । శరీరేప్రాణః ప్రతిష్ఠితః । తదేతదన్న-మన్నే ప్రతిష్ఠితమ్ । స య ఏత-దన్నమన్నే ప్రతిష్ఠితం వేద ప్రతితిష్ఠతి। అన్నవానన్నాదో భవతి । మహాన్ భవతి ప్రజయా పశుభిర్బ్రహ్మవర్చసేన । మహాన్ కీర్త్యా ॥ 7

అన్నం న పరిచక్షీత । తద్వ్రతమ్ । ఆపో వా అన్నమ్ । జ్యోతిరన్నాదమ్ । అప్సు జ్యోతిః ప్రతిష్ఠితమ్ । జ్యోతిష్యాపః ప్రతిష్ఠితాః । తదేత-దన్నమన్నే ప్రతిష్ఠితమ్ । స య ఏత - దన్నమన్నే ప్రతిష్ఠితం వేద ప్రతితిష్ఠతి । అన్నవా-నన్నాదో భవతి। మహాన్ భవతి ప్రజయపశుభిఃబ్రహ్మవర్చసేన। మహాన్ కీర్త్యా॥

అన్నం బహు కుర్వీత । తద్వ్రతమ్ । పృథివీ వా అన్నమ్। ఆకాశోఽన్నాదః । పృథివ్యామాకాశః ప్రతిష్ఠితః । ఆకాశే పృథివీ ప్రతిష్ఠితా । తదేత-దన్నమన్నే ప్రతిష్ఠితమ్ । స య ఏత - దన్న-మన్నే ప్రతిష్ఠితం వేద ప్రతితిష్ఠతి । అన్నవా-నన్నాదో భవతి । మహాన్ భవతి ప్రజయా పశుభిః - బ్రహ్మవర్చసేన । మహాన్ కీర్త్యా ॥ 8

సదాచారప్రదర్శనమ్ - బ్రహ్మానన్దానుభవః

న కఞ్చన వసతౌ ప్రత్యాచక్షీత । తద్వ్రతమ్। తస్మాద్యయా కయా చ విధయా బహ్వన్నం ప్రాప్నుయాత్। అరాధ్యస్మా అన్నమిత్యాచక్షతే । ఏతద్వై ముఖతో౽న్నꣳరాద్ధమ్ । ముఖతో౽స్మా అన్నꣳ రాధ్యతే । ఏతద్వై మధ్యతోన్నꣳరాద్ధమ్ । మధ్యతో౽స్మా అన్నꣳరాధ్యతే । ఏతద్వా అన్తతో౽న్నꣳరాద్ధమ్। అన్తతో౽స్మా అన్నꣳ రాధ్యతే ।

య ఏవం వేద । క్షేమ ఇతి వాచి । యోగక్షేమ ఇతి ప్రాణాపానయోః । కర్మేతి హస్తయోః । గతి-రితిపాదయోః । విముక్తి-రితి పాయౌ । ఇతి మానుషీస్సమాజ్ఞాః । అథదైవీః । తృప్తి-రితి వృష్టౌ । బలమితి విద్యుతి । యశ ఇతి పశుషు । జ్యోతిరితి నక్షత్రేషు । ప్రజాతి-రమృత-మానన్ద ఇత్యుపస్థే । సర్వమిత్యాకాశే। తత్ ప్రతిష్ఠేత్యుపాసీత । ప్రతిష్ఠావాన్ భవతి । తన్మహ ఇత్యుపాసీత। మహాన్ భవతి । తన్మన ఇత్యుపాసీత। మానవాన్ భవతి ।

తన్నమ ఇత్యుపాసీత । నమ్యన్తే౽స్మై కామాః । తద్బ్రహ్మేత్యుపాసీత । బ్రహ్మవాన్ భవతి । తద్బ్రహ్మణః పరిమర ఇత్యుపాసీత । పర్యేణం మ్రియన్తే ద్విషన్త-స్సపత్నాః।

పరియేఽఉప్రియా భ్రాతృవ్యాః । స యశ్చాయంపురుషే। యశ్చాసా-వాదిత్యే ।

స ఏకః। స య ఏవంవిత్ । అస్మాన్ల్లోకాత్ ప్రేత్య । ఏత-మన్నమయ- మాత్మానముపసఙ్క్రమ్య । ఏతం ప్రాణమయ-మాత్మాన-ముపసఙ్క్రమ్య । ఏతం మనోమయమాత్మాన- ముపసఙ్క్రమ్య । ఏతం విజ్ఞానమయ మాత్మానము పసఙ్క్రమ్య । ఏతమానన్దమయ- మాత్మాన-ముపసఙ్క్రమ్య। ఇమాన్ లోకాన్ కామాన్నీ కామరుప్యను సఞ్చరన్ । ఏతత్సామ గాయన్నాస్తే । హా 3 వు హా 3 వు హా 3 వు। అహమన్న- మహమన్న-మహమన్నమ్ । అహమన్నాదో2 ఉహమన్నాదో 2ఉహమన్నాదః । అహ౯శ్లోకకృ దహ౯శ్లోకకృ -దహ౯శ్లోకకృత్ । అహమస్మి ప్రథమజా ఋతా 3 స్య । పూర్వం దేవేభ్యో అమృతస్య నా 3 భాఇ । యోమా దదాతి స ఇదేవ మా 3 వాః । అహమన్నమన్న-మదన్తమాద్మి । అహం విశ్వం భువనమభ్యభవామ్ । సువర్ణ జ్యోతీః । య ఏవం వేద ఇత్యుపనిషత్ ॥

ఓం సహ నావవతు । సహ నౌ భునక్తు। సహ వీర్యం కరవావహై । తేజస్వినావధీతమస్తు మా విద్విషావహై ।

ఓం శాన్తిః శ్శాన్తిః శ్శాన్తిః ॥

2. మహానారాయణోపనిషత్

చతుర్థః ప్రశ్నః

ఓం సహ నావవతు । సహ నౌ భునక్తు । సహ వీర్యం కరవావహై । తేజస్వినావధీతమస్తు మా విద్విషావహై । ఓం శాన్తి శ్శాన్తి శ్శాన్తిః ॥

అమ్భస్యపారే

అమ్భస్య పారే భువనస్య మధ్యే నాకస్య పృష్ఠేమహతో మహీయాన్ । శుక్రేణ జ్యోతీꣳషి సమనుప్రవిష్టః ప్రజాపతిశ్చరతి గర్భే అన్తః । యస్మిన్నిదꣳసం చ విచైతి సర్వం యస్మిన్దేవా అధి విశ్వే నిషేదుః । తదేవభూతం తదు భవ్యమా ఇదం తదక్షరే పరమే వ్యోమన్ । యేనావృతం ఖం చ దివం మహీం చ యేనాదిత్యస్తపతి తేజసా భ్రాజసా చ । యమన్తస్సముద్రే కవయో వయన్తి యదక్షరే పరమే ప్రజాః । యతః ప్రసూతా జగతః ప్రసూతీ తోయేన జీవాన్ వ్యససర్జ భూమ్యామ్ । యదోషధీభిః పురుషాన్ । పశూꣳశ్చ వివేశ భూతాని చరాచరాణి । అతః పరం నాన్యదణీయసꣳహి పరాత్పరం యన్మహతో మహాన్తమ్ । యదేక-మవ్యక్త-మనన్తరూపం విశ్వం పురాణం తమసః పరస్తాత్ ॥

తదేవర్తం తదు సత్యమాహు-స్తదేవ బ్రహ్మ పరమం కవీనామ్ । ఇష్టాపూర్తం బహుధా జాతం జాయమానం విశ్వం బిభర్తి భువనస్య నాభిః । తదేవాగ్నిస్తద్వాయు-స్తత్సూర్యస్తదు చన్ద్రమాః । తదేవ శుక్రమమృతం తద్బ్రహ్మ తదాప-స్స ప్రజాపతిః । సర్వే-నిమేషా జజ్ఞిరే విద్యుతః పురుషా-దధి । కలాముహూర్తాః కాష్ఠాశ్చాహోరాత్రాశ్చ సర్వశః । అర్ధమాసా మాసా ఋతవస్సంవత్సరశ్చ కల్పన్తామ్ । స ఆపః ప్రదుఘే ఉభే ఇమే అన్తరిక్షమథో సువః । నైనమూర్ధ్వం న తిర్యఞ్చం న మధ్యే పరిజగ్రభత్।న తస్యేశే కశ్చన తస్య నామ మహద్యశః॥

న సన్దృశే తిష్ఠతి రూపమస్య న చక్షుషా పశ్యతి కశ్చ-నైనమ్ । హృదా మనీషా మనసాభిక్లృప్తో య ఏనం దవిదురమృతాస్తే భవన్తి । అద్భ్య స్సమ్భూతో హిరణ్యగర్భ ఇత్యష్టౌ । ఏష హి దేవః ప్రదిశోఽనుసర్వాః పూర్వో హి జాతస్స ఉ గర్భే అన్తః । సవిజాయమాన-స్సజనిష్యమాణః ప్రత్యఙ్ముఖాస్తిష్ఠతి విశ్వతోముఖః । విశ్వత శ్చక్షురుత విశ్వతోముఖో విశ్వతో హస్త ఉత విశ్వతస్పాత్ । సం బాహుభ్యాం నమతి సంపతత్రై ర్ద్యావాపృథివీ జనయన్ దేవ ఏకః ।

వేనస్తత్పశ్య-న్విశ్వా భువనాని విద్వాన్ యత్ర విశ్వం భవత్యేకనీళమ్। యస్మిన్నిదగ్ంసం చ విచైకగ్ం స ఓతః ప్రోతశ్చ విభుః ప్రజాసు । ప్రదద్వోచే అమృతం ను విద్వాన్ గన్ధర్వో నామ నిహితం గుహాసు ॥

త్రీణి పదా నిహితా గుహాస్తు యస్తద్వేద సవితుః పితాసత్। సనో బన్ధు-ర్జనితా స విధాతా ధావాని వేద భువనాని విశ్వా । యత్ర దేవా అమృతమానశానా స్తృతీయే ధావాన్యభ్యైరయన్త । పరిద్యావా పృథివీ యన్తి సద్యః పరి లోకాన్ పరిదిశః పరి సువః । ఋతస్యతన్తుం వితతం విచృత్య తదపశ్యత్తదభవత్ త ప్రజాసు । పరీత్య లోకాన్ పరిత్య భూతాని పరీత్యసర్వాః ప్రదిశోదిశశ్చ। ప్రజాపతిః ప్రథమజా ఋతస్యాత్మనాఽత్మానమభి సంబభూవ । సదసస్ప తిమద్భుతం ప్రియమిన్ద్రస్య కామ్యమ్ । సనిం మేధామ యాసిషమ్ । ఉద్దీప్యస్వ జాతవేదోఽపఘ్నన్నిరృతిం మమ॥

పశూగ్ంశ్చ మహ్యమావహ జీవనం చ దిశోదిశ । మానో హిగ్ంసీజ్జాతవేదో గామశ్వం పురుషం జగత్ । అబిభ్రదగ్న ఆగహి శ్రియా మా పరిపాతయ ।

గాయత్రీమన్త్రాః

పురుషస్య విద్మ సహస్రాక్షస్య మహాదేవస్య ధీమహి। తన్నో రుద్రఃప్రచోదయాత్ । తత్పురుషాయ విద్మహే మహాదేవాయ ధీమహి । తన్నోరుద్రః ప్రచోదయాత్ । తత్పురుషాయ విద్మహే వక్రతుణ్డాయ ధీమహి । తన్నోదన్తిః ప్రచోదయాత్ । తత్పురుషాయ విద్మహే చక్రతుణ్డాయ ధీమహి ॥ తన్నో నన్దిః ప్రచోదయాత్ । తత్పురుషాయ విద్మహే మహాసేనాయ ధీమహి । తన్నష్షణ్ముఖః ప్రచోదయాత్ । తత్పురుషాయ విద్మహే సువర్ణపక్షాయ ధీమహి । తన్నో గరుడః ప్రచోదయాత్ । వేదాత్మనాయ విద్మహే హిరణ్యగర్భాయ ధీమహి। తన్నో బ్రహ్మ ప్రచోదయాత్ । నారాయణాయ విద్మహే వాసుదేవాయ ధీమహి । తన్నో విష్ణుః ప్రచోదయాత్। వజ్రనఖాయ । విద్మహే తీక్ష్ణదꣳష్ట్రాయ ధీమహి ॥ తన్నో నారసిꣳహః ప్రచోదయాత్ ।

భాస్కరాయ విద్మహే మహద్యుతికరాయ ధీమహి। తన్నో ఆదిత్యః ప్రచోదయాత్ । వైశ్వానరాయ విద్మహే లాలీలాయ ధీమహి ।

తన్నో అగ్నిః ప్రచోదయాత్ । కాత్యాయనాయ విద్మహే కన్యకుమారి ధీమహి । తన్నో దుర్గిః ప్రచోదయాత్ ॥

దూర్వాసూక్తమ్

సహస్రపరమా దేవీ శతమూలా శతాఙ్కురా।సర్వꣳహరతు మే పాపం దూర్వా దుస్స్వప్ననాశినీ । కాణ్డాత్కాణ్డాత్ ప్రరోహన్తీ పరుషః పరుషః పరి ॥

ఏవా నో దూర్వే ప్రతను సహస్రేణ శతేన చ । యా శతేన ప్రతనోషి సహస్రేణ విరోహసి । తస్యాస్తే దేవీష్టకే విధేమ హవిషా వయమ్ । అశ్వక్రాన్తే రథక్రాన్తే విష్ణుక్రాన్తే వసున్ధరా । శిరసా ధారయిష్యామి రక్షస్వ మాం పదేపదే ॥

మృత్తికాసూక్తమ్

భూమి-ర్ధేనుర్ధరణీ లోకధారిణీ । ఉద్ధృతాఽసి వరాహేణ కృష్ణేన శత-బాహునా । మృత్తికే హన మే పాపం యన్మయా దుష్కృతం కృతమ్ । మృత్తికే బ్రహ్మదత్తాఽసి కాశ్యపేనాభిమన్త్రితా । మృత్తికే దేహి మే పుష్టిం త్వయి సర్వం ప్రతిష్ఠితమ్ ॥

మృత్తికే ప్రతిష్ఠితే సర్వం తన్మే నిర్ణుద మృత్తికే । తయా హతేన పాపేన గచ్ఛామి పరమాం గతిమ్ ॥

శత్రుజయమన్త్రాః

యత ఇన్ద్ర భయామహే తతో నో అభయం కృధి । మఘవఞ్ఛగ్ధి తవ తన్న ఊతయే విద్విషో విమృధో జహి । స్వస్తిదా విశస్పతిర్వృత్రహా విమృధో వశీ । వృషేన్ద్రః పుర ఏతు న-స్స్వస్తిదా అభయఙ్కరః । స్వస్తి న ఇన్ద్రో వృద్ధశ్రవా-స్స్వస్తి నః పూషా విశ్వవేదాః । స్వస్తి న-స్తార్క్ష్యో అరిష్టనేమి-స్స్వస్తి నో బృహస్పతిర్దధాతు । ఆపాన్త మన్యు-స్తృపలప్రభర్మా ధునిశ్శిమీవాఞ్ఛరుమాఀ ఋజీషీ । సోమో విశ్వాన్యత-సావనాని నార్వాగిన్ద్రం ప్రతిమానాని దేభుః ॥

బ్రహ్మజజ్ఞానం ప్రథమం పురస్తా-ద్విసీమత-స్సురుచో వేన ఆవః । సబుధ్నియా ఉపమా అస్య విష్ఠాస్సతశ్చయోనిమసతశ్చవివః । స్యోనా పృథివి భవానృక్షరా నివేశనీ । యచ్ఛా నశ్శర్మ సప్రథాః । గన్ధద్వారాం దురాధర్షాం నిత్యపుష్టాం కరీషిణీమ్ । ఈశ్వరీగ్ం సర్వ-భూతానాం తా మిహో-పహ్వయే

శ్రియమ్ । శ్రీర్మే భజతు । అలక్ష్మీర్మే నశ్యతు । విష్ణు-ముఖావై దేవాశ్ఛన్దోభిరిమాꣳన్ లోకా-ననపజయ్య-మభ్యజయన్ । మహాꣳఇన్ద్రో వజ్రబాహుష్షోడశీ శర్మయచ్ఛతు ॥

స్వస్తి నో మఘవా కరోతు హన్తు పాప్మానంయోఽ స్మాన్ద్వేష్టి। సోమానꣳస్వరణం కృణుహి బ్రహ్మణస్పతే । కక్షీవన్తం య ఔశిజమ్ । శరీరం యజ్ఞశమలం కుసీదం తస్మిన్సీద తు యోఽస్మాన్ద్వేష్టి । చరణం పవిత్రం వితతం పురాణం యేన పూత స్తరతి దుష్కృతాని । తేన పవిత్రేణ శుద్ధేన పూతా అతి పాప్మానమరాతిం తరేమ । సజోషా ఇన్ద్ర సగణో మరుద్భిస్సోమం పిబ వృత్రహచ్ఛూర విద్వాన్ । జహి శత్రూꣳరప మృధో నుదస్వాథాభయం కృణుహి విశ్వతోనః । సుమిత్రాన ఆప ఓషధయ-స్సన్తు దుర్మిత్రాస్తస్మై భూయాసు-ర్యోస్మాన్ద్వేష్టి యం చ వయం ద్విష్మః । ఆపోహిష్ఠా మయోభువస్తాన ఊర్జే దధాతన ॥

మహేరణాయ చక్షసే । యోవ-శ్శివతమో రసస్తస్య భాజయతే హనః । ఉశతీ-రివ మాతరః । తస్మా అరఙ్గమామవో యస్యక్షయాయ జిన్వథ । ఆపో జనయథా చ నః ॥

అఘమర్షణసూక్తమ్

హిరణ్యశృఙ్గం వరుణం ప్రపద్యే తీర్థం మే దేహి యాచితః। యన్మయా భుక్త-మసాధూనాం పాపేభ్యశ్చ ప్రతిగ్రహః । యన్మే మనసా వాచా కర్మణా వా దుష్కృతం కృతమ్ । తన్న ఇన్ద్రో వరుణో బృహస్పతిస్సవితా చ పునన్తు పునః పునః । నమోఽగ్నయేఽప్సుమతే నమ ఇన్ద్రాయ నమో వరుణాయ నమో వారుణ్యై నమోఽద్భ్యః ॥

యదపాం క్రూరం యదమేధ్యం యదశాన్తం తదపగచ్ఛతాత్। అత్యాశనాదతీ-పానా-ద్యచ్చ ఉగ్రాత్ప్రతిగ్రహాత్ । తన్నో వరుణో రాజా పాణినా-హ్యవమర్శతు । సోఽహమపాపో విరజో నిర్ముక్తో ముక్తకిల్బిషః । నాకస్య పృష్ఠ-మారుహ్య గచ్ఛే-ద్బ్రహ్మసలోకతామ్ । యశ్చాప్సు వరుణస్స పునాత్వఘ మర్షణః। ఇమం మే గఙ్గే యమునే సరస్వతి శుతుద్రి స్తోమగ్ం సచతా పరుష్ణియా । అసిక్నియా మరుద్వృధే వితస్తయాఽఽర్జీకీయే శృణుహ్యా సుషోమయా । ఋతం చ సత్యం చాభీద్ధా-త్తపసో ఽద్యజాయత । తతో రాత్రిరజాయత తత-స్సముద్రో అర్ణవః ॥

సముద్రాదర్ణవా-దధి సంవత్సరో అజాయత । అహోరా త్రాణి విదధద్విశ్వస్య మిషతో వశీ । సూర్యాచన్ద్రమసౌ ధాతా యథాపూర్వమ-కల్పయత్ । దివం చ పృథివీం చాన్తరిక్ష-మథో సువః । యత్పృథివ్యాꣳరజస్స్వ మాన్తరిక్షే విరోదసీ । ఇమాꣳస్తదాపో వరుణః పునాత్వఘమర్షణః । పునన్తు వసవః పునాతువరుణః పునాత్వఘమర్షణః । ఏష భూతస్య మధ్యే భువనస్యగోప్తా । ఏష పుణ్యకృతాꣳల్లోకానేష మృత్యోర్హిర ణ్మయమ్। ద్యావాపృథివ్యోర్ హిరణ్మయꣳసꣳశ్రితꣳ సువః॥

సన-స్సువ-స్సꣳశిశాధి । ఆర్ద్రం జ్వలతి జ్యోతిరహ మస్మి । జ్యోతిర్జ్వలతి బ్రహ్మాహ-మస్మి । యోఽహ-మస్మి బ్రహ్మాహమస్మి । అహమస్మి బ్రహ్మాహమస్మి । అహమేవాహం మాం జుహోమి స్వాహా । అకార్యకార్యవకీర్ణీస్తేనో భ్రూణహా గురుతల్పగః। వరుణోఽపామఘమర్షణ-స్తస్మాత్పాపా త్ప్రముచ్యతే । రజోభూమి-స్త్వమాꣳరోదయస్వ ప్రవదన్తి ధీరాః । ఆక్రాన్త్సముద్రః ప్రథమే విధర్మఞ్జనయన్ ప్రజా భువనస్య రాజా । వృషా పవిత్రే అధిసానో అవ్యే బృహత్సోమో వావృ ధే సువాన ఇన్దుః ॥

దుర్గాసూక్తమ్

ఓం ॥ జాతవేదసే సునవామ సోమమరాతీయతో
నిదహాతి వేదః । స నః పర్షదతి దుర్గాణి విశ్వా నావేవ సిన్ధుం
దురితాత్యగ్నిః ॥ తామగ్నివర్ణాం తపసా జ్వలన్తీం వైరోచనీం
కర్మఫలేషు జుష్టామ్ । దుర్గాం దేవీꣳ శరణమహం ప్రపద్యే
సుతరసి-తరసే నమః ॥ అగ్నే త్వం పారయా నవ్యో
అస్మాన్థ్స్వస్తిభిరతి దుర్గాణివిశ్వా । పూశ్చ పృథ్వీ బహులా న
ఉర్వీ భవా తోకాయ తనయాయ శంయోః ॥ విశ్వాని నో దుర్గహా
జాతవేద స్సిన్ధున్న నావా దురితాఽతిపర్షి ॥ అగ్నే అత్రివన్మనసా
గృణానోఽస్మాకం బోధ్యవితా తనూనామ్ ॥ పృతనాజితꣳ
సహమానముగ్రమగ్నిꣳ-హువేమ పరమాథ్సధస్థాత్ । స
నః పర్షదతిదుర్గాణి విశ్వాక్షామద్దేవో అతి దురితాత్యగ్నిః ॥
ప్రత్నోషికమీడ్యో అధ్వరేషు సనాచ్చ హోతా నవ్యశ్చ సత్సి ।
స్వాఞ్చాగ్నే తనువం పిప్రయస్వాస్మభ్యం చ సౌభగమాయజస్వ ॥
గోభిర్జుష్టమయుజో నిషిక్తం తవేన్ద్రవిష్ణో-రనుసఞ్చరేమ ।
నాకస్య పృష్ఠమభిసం వసానో వైష్ణవీం లోక ఇహ
మాదయన్తామ్ ॥

ఓం కాత్యాయనాయ విద్మహే కన్యకుమారి ధీమహి । తన్నో దుర్గిః ప్రచోదయాత్ ॥

వ్యాహృతి-హోమమన్త్రాః

భూ-రన్న-మగ్నయే పృథివ్యై స్వాహా భువో౽న్నంవాయవే౽న్తరిక్షాయ స్వాహా సువరన్న-మాదిత్యాయ దివే స్వాహా భూ-ర్భువస్సువరన్నం చన్ద్రమసే దిగ్భ్యస్స్వాహా నమో దేవేభ్యస్స్వధా పితృభ్యో భూ-ర్భువ స్సువరన్నమోమ్ ॥

భూ-రగ్నయే పృథివ్యై స్వాహా భువో వాయవే౽న్తరిక్షాయస్వాహా సువరాదిత్యాయ దివే స్వాహా భూర్భువస్సువ-శ్చన్ద్రమసే దిగ్భ్యస్స్వాహా నమో దేవేభ్యస్స్వధా పితృభ్యో భూ-ర్భువస్సువ-రగ్న ఓమ్ ॥

భూరగ్నయే చ పృథివ్యై చ మహతే చ స్వాహా భువో వాయవే చాన్తరిక్షాయ చ మహతే చ స్వాహా సువరాదిత్యాయ చ దివే చ మహతే చ స్వాహా భూర్భువస్సువశ్చన్ద్రమసే చ నక్షత్రేభ్యశ్చ దిగ్భ్యశ్చ మహతే చ స్వాహా నమో దేవేభ్యస్స్వధా పితృభ్యో భూర్భువస్సువర్మహరోమ్ ॥

జ్ఞానప్రాప్త్యర్థా - హోమమన్త్రాః

పాహి నో అగ్న ఏనసే స్వాహా। పాహి నో విశ్వవేదసే స్వాహా। యజ్ఞం పాహి విభావసో స్వాహా। సర్వం పాహి శతక్రతో స్వాహా॥

పాహి నో అగ్న ఏకయా । పాహ్యుత ద్వితీయయా। పాహ్యూర్జం తృతీయయా। పాహి గీర్భిశ్చతసృభి-ర్వసో స్వాహా॥

వేదావిస్మరణాయ జపమన్త్రాః

యశ్ఛన్దసా-మృషభో విశ్వరూప-శ్ఛన్దోభ్య-శ్ఛన్దాꣳస్యావివేశ। సచాꣳశిక్యః పురోవాచోపనిష-దిన్ద్రో జ్యేష్ఠ ఇన్ద్రియాయ ఋషిభ్యో నమో దేవేభ్యస్స్వధా పితృభ్యో భూర్భువస్సువ-శ్ఛన్ద ఓమ్ ॥

నమో బ్రహ్మణే ధారణం మే అస్త్వనిరాకరణం ధారయితా భూయాసం కర్ణయో-శ్శ్రుతం మాచ్యోఢ్వం మమాముష్య ఓమ్ ॥

తపః ప్రశంసా

ఋతం తప-స్సత్యం తప-శ్శ్రుతం తపశ్శాన్తం తపో దమస్తపశ్శమస్తపో దానం తపో యజ్ఞం తపో భూర్భువస్సువర్బ్రహ్మైతదుపాస్యైతత్తపః ॥

విహితాచరణప్రశంసా నిషిద్ధాచరణనిన్దా చ

యథా వృక్షస్య సంపుష్పితస్య దూరా-ద్గన్ధో వాత్యేవం పుణ్యస్య కర్మణో దూరాద్గన్ధో వాతి యథాఽసిధారాం కర్తేఽవహితా మవక్రామే యద్యువే యువే హవా విహ్వా యిష్యామి కర్తం పతిష్యామీత్యేవ-మమృతాదాత్మానం జుగుప్సేత్॥

దహరవిద్యా

అణో-రణీయాన్మహతో మహీయా-నాత్మా గుహాయాం నిహితోఽస్య జన్తోః । తమక్రతుం పశ్యతి వీతశోకో ధాతుః ప్రసాదాన్మహిమానమీశమ్ । సప్త ప్రాణాఃప్రభవన్తి తస్మాత్సప్తార్చిషస్సమిధ-స్సప్తజిహ్వాః । సప్త ఇమే లోకా యేషు చరన్తిప్రాణా గుహాశయా-న్నిహితా-స్సప్తసప్త । అతస్సముద్రా-గిరయశ్చ సర్వేఽస్మాథ్స్యన్దన్తే సిన్ధవ-స్సర్వరూపాః । అతశ్చవిశ్వా ఓషధయో-రసాచ్చయేనైష భూతా-స్తిష్ఠత్యన్తరాత్మా। బ్రహ్మాదేవానాం పదవీః కవీనా-మృషి-ర్విప్రాణాం మహిషో మృగాణామ్ । శ్యేనో గృధ్రాణాꣳ స్వధితిర్వనానాꣳ సోమః పవిత్రమత్యేతిరేభన్న్ । అజా-మేకాం లోహితశుక్లకృష్ణాం బహ్వీం ప్రజాం జనయన్తీꣳ సరూపామ్। అజో హ్యేకో జుషమాణోఽనుశేతే జహాత్యేనాం భుక్తభో-గామజోఽన్యః॥

హꣳస-శ్శుచిషద్వసు-రన్తరిక్షస-ద్ధోతా వేదిషదతి థిర్దురోణసత్ । నృష-ద్వరస-దృతస-ద్వ్యోమస దబ్జా గోజా ఋతజా అద్రిజా ఋతం బృహత్ । ఘృతం మిమిక్షిరే ఘృతమస్యయోనిర్ఘృతేశ్రితో ఘృత-ముస్య ధామ । అనుష్వధ మావహ మాదయస్వ స్వాహాకృతం వృషభ వక్షిహవ్యమ్ । సముద్రాదూర్మిర్మధుమాꣳ-ఉదార-దుపాꣳశునా సమమృ తత్వ-మానట్ । ఘృతస్య నామ గుహ్యం యదస్తి జిహ్వా దేవానా-మమృతస్య-నాభిః । వయం నామ ప్రబ్రవామా ఘృతేనాస్మిన్ యజ్ఞే ధారయామా నమోభిః ।

ఉప బ్రహ్మా శృణవ చ్ఛస్యమానం చతుశ్శృంగో ఽవమీద్గౌర-ఏతత్ । చత్వారి శృఙ్గా త్రయో అస్య పాదా ద్వే శీర్షే సప్త హస్తాసో అస్య । త్రిధాబద్ధో వృషభో రోరవీతి మహో దేవో మర్త్యాꣳఆవివేశ॥

త్రిధాహితం పణిభిర్గుహ్యమానం గవి దేవాసో ఘృతమన్వ విన్దన్ । ఇన్ద్ర ఏకꣳ సూర్య ఏకꣳ జజాన వేనా-దేకꣳస్వధయా-నిష్టతక్షుః । యో దేవానాం ప్రథమం

పురస్తాద్విశ్వాధియో రుద్రో మహర్షిః । హిరణ్యగర్భం పశ్యత జాయమానక్ సనో దేవశ్శుభయా స్మృత్యా సంయునక్తు । యస్మాత్పరం నాపరమస్తి కిఞ్చిద్యస్మాన్నాణీయో న జ్యాయో ఽస్తి కశ్చిత్। వృక్ష ఇవ స్తబ్ధో-దివి తిష్ఠత్యేకస్తేనేదం పూర్ణం పురుషేణ సర్వమ్ । న కర్మణా న ప్రజయా ధనేన త్యాగేనైకే అమృతత్వ-మానశుః । పరేణనాకం నిహితం గుహాయాం విభ్రాజదేతద్యతయో విశన్తి। వేదాన్తవిజ్ఞాన సునిశ్చితార్థా స్సంన్యాస యోగాద్యతయశ్శుద్ధసత్త్వాః। తే బ్రహ్మలోకే తు పరాన్తకాలే పరామృతాత్పరిముచ్యన్తి సర్వే । దహ్రం విపాపం పరమేఽశ్మభూతం యత్పుణ్డరీకం పురమధ్యసక్స్థమ్ । తత్రాపి దహ్రం గగనం విశోకస్తస్మిన్ యదన్తస్త దుపాసితవ్యమ్। యో వేదాదౌ స్వరః ప్రోక్తో వేదాన్తే చ ప్రతిష్ఠితః। తస్య ప్రకృతీ-లీనస్య యః పరస్సమహేశ్వరః ॥

నారాయణసూక్తమ్

సహస్రశీర్షం దేవం విశ్వాక్షం విశ్వశంభువమ్ । విశ్వంనారాయణం దేవమక్షరం పరమం పదమ్ । విశ్వతః

పరమాన్నిత్యం విశ్వం నారాయణగ్ం హరిమ్ । విశ్వమేవేదం పురుషస్త-ద్విశ్వముపజీవతి । పతిం విశ్వస్యాత్మేశ్వరగ్ం శాశ్వతగ్ంశివమచ్యుతమ్ । నారాయణం మహాజ్ఞేయం విశ్వాత్మానం పరాయణమ్ । నారాయణపరో జ్యోతిరాత్మా నారాయణః పరః । నారాయణపరం బ్రహ్మ తత్త్వం నారాయణః పరః । నారాయణపరో ధ్యాతా ధ్యానం నారాయణః పరః । యచ్చ కించిజ్జగత్సర్వం దృశ్యతే శ్రూయతేఽపి వా॥ అన్తర్బహిశ్చ తత్సర్వం వ్యాప్య నారాయణః స్థితః । అనన్తమవ్యయం కవిగ్ంసముద్రేఽన్తం విశ్వశంభువమ్ । పద్మకోశప్రతీకాశగ్ం హృదయం చాప్యధోముఖమ్ । అధోనిష్ట్యా వితస్త్యాన్తే నాభ్యాముపరి తిష్ఠతి । జ్వాలమాలాకులం భాతీ విశ్వస్యాయతనం మహత్। సన్తతగ్ం శిలాభిస్తు లమ్బత్యాకోశసన్నిభమ్ । తస్యాన్తే సుషిరగ్ం సూక్ష్మం తస్మిన్త్సర్వం ప్రతిష్ఠితమ్ । తస్య మధ్యే మహానగ్నిర్విశ్వార్చి-ర్విశ్వతోముఖః । సోఽగ్రభుగ్విభజన్తిష్ఠన్నాహారమజరగ్ం కవిః । తిర్యగూర్ధ్వమధశ్శాయీ రశ్మయస్తస్య సన్తతా । సన్తాపయతి స్వం దేహమాపాదతలమస్తకః । తస్య మధ్యే వహ్నిశిఖా అణీయోర్ధ్వా వ్యవస్థితః । నీలతోయద-మధ్యస్థా-ద్విద్యుల్లేఖేవ

భాస్వరా । నీవారశూకవత్తన్వీ పీతా భాస్వత్యణూపమా । తస్యాః శిఖాయా మధ్యే పరమాత్మా వ్యవస్థితః । స బ్రహ్మ స శివః సహరిః సేన్ద్ర సోఽక్షరః పరమః స్వరాట్ ॥

ఆదిత్యమణ్డలే పరబ్రహ్మోపాసనమ్

ఆదిత్యో వా ఏష ఏతన్మణ్డలం తపతి తత్ర తా ఋచస్తదృచా మణ్డలꣳ స ఋచాం లోకోఽథ య ఏష ఏతస్మిన్మణ్డలేఽర్చిర్దీప్యతే తాని సామాని స సామ్నా లోకోఽథ య ఏష ఏతస్మిన్మణ్డలేఽర్చిషి పురుష-స్తాని యజూꣳషి స యజుషా మణ్డలꣳ స యజుషాం లోక-స్సైషా త్రయ్యేవ విద్యా-తపతి య ఏషోఽన్తరాదిత్యే హిరణ్మయః పురుషః ।

ఆదిత్యపురుషస్య సర్వాత్మకత్వప్రదర్శనమ్

ఆదిత్యో వై తేజ ఓజో బలం యశ-శ్చక్షుశ్శ్రోత్రమాత్మా మనో మన్యుర్మనుర్మృత్యు స్సత్యో మిత్రోవాయు రాకాశః ప్రాణో లోకపాలః కః కిం కం తథ్సత్యమన్న-మమృతో జీవో విశ్వః కతమ-స్స్వయమ్భు బ్రహ్మైత-దమృత ఏష పురుష ఏష భూతానామధిపతి-ర్బ్రహ్మణస్సాయుజ్యꣳ సలోకతా -మాప్నోత్యేతాసామేవ దేవతానాꣳ సాయుజ్యꣳ సార్ష్టితాꣳ సమానలోకతామాప్నోతి య ఏవం వేదే-త్యుపనిషత్ ॥

శివోపాసనామన్త్రాః

నిధనపతయే నమః । నిధనపతాన్తికాయ నమః । ఊర్ధ్వాయ నమః । ఊర్ధ్వలిఙ్గాయ నమః । హిరణ్యాయ నమః। హిరణ్యలిఙ్గాయ నమః । సువర్ణాయ నమః । సువర్ణలిఙ్గాయ నమః। దివ్యాయ నమః । దివ్యలిఙ్గాయ నమః। భవాయ నమః।

భవలిఙ్గాయ నమః । శర్వాయ నమః । శర్వలిఙ్గాయ నమః। శివాయ నమః । శివలిఙ్గాయ నమః । జ్వలాయ నమః। జ్వలలిఙ్గాయ నమః । ఆత్మాయ నమః । ఆత్మలిఙ్గాయ నమః। పరమాయ నమః। పరమలిఙ్గాయ నమః । ఏతథ్సోమస్య సూర్యస్య సర్వలిఙ్గꣳస్థాపయతి పాణిమన్త్రం పవిత్రమ్ ॥

పశ్చిమవక్త్ర-ప్రతిపాదకమన్త్రః

సద్యోజాతం ప్రపద్యామి సద్యోజాతాయ వై నమో నమః। భవేభవే-నాతిభవే భవస్వ మామ్ । భవోద్భవాయ నమః॥

ఉత్తరవక్త్ర-ప్రతిపాదకమన్త్రః

వామదేవాయ నమో జ్యేష్ఠాయ నమ-శ్శ్రేష్ఠాయ నమో రుద్రాయ నమః కాలాయ నమః కలవికరణాయ నమో

బలవికరణాయ నమో బలాయ నమో బలప్రమథనాయ నమ

స్సర్వ-భూతదమనాయ నమో మనోన్మనాయ నమః ॥

దక్షిణవక్త్ర-ప్రతిపాదకమన్త్రః

అఘోరేభ్యోఽథ ఘోరేభ్యో ఘోరఘోరతరేభ్యః ।

సర్వేభ్యస్సర్వ శర్వేభ్యో నమస్తే అస్తు రుద్రరూపేభ్యః ॥

ప్రాగ్వక్త్ర-ప్రతిపాదకమన్త్రః

తత్పురుషాయ విద్మహే మహాదేవాయ ధీమహి ।

తన్నోరుద్రః ప్రచోదయాత్ ॥

ఊర్ధ్వవక్త్ర-ప్రతిపాదకమన్త్రః

ఈశానస్సర్వ-విద్యానా-మీశ్వర-స్సర్వ-భూతానాం

బ్రహ్మాఽధి-పతిర్బ్రహ్మణోఽధిపతిర్బ్రహ్మా శివో మే

అస్తు సదాశివోమ్ ॥

నమస్కారార్థ-మన్త్రః

నమో హిరణ్యబాహవే హిరణ్యవర్ణాయ హిరణ్యరూపాయ

హిరణ్యపతయేఽమ్బికాపతయ ఉమాపతయే పశుపతయే నమో

నమః ॥

ఋతగ్‍ం-సత్యం పరం-బ్రహ్మ పురుషం కృష్ణపిఙ్గలమ్।
ఊర్ధ్వరేతం విరూపాక్షం విశ్వరూపాయ వై నమో-నమః ॥

సర్వో వై రుద్ర-స్తస్మై రుద్రాయ నమో అస్తు। పురుషో వై రుద్రస్సన్మహో నమో నమః । విశ్వం భూతం భువనం చిత్రం బహుధా-జాతం జాయమానం చ యత్। సర్వో హ్యేష రుద్రస్తస్మై రుద్రాయ నమో అస్తు ॥

కద్రుద్రాయ ప్రచేతసే మీఢుష్టమాయ తవ్యసే। వోచేమ శన్తగ్‍ం-హృదే। సర్వో-హ్యేష రుద్ర-స్తస్మై రుద్రాయ నమో అస్తు॥

అగ్నిహోత్రహవణ్యాః ఉపయుక్తస్య వృక్షవిశేషస్యా భిధానమ్। యస్య వై కఙ్కత్యగ్నిహోత్రహవణీ భవతి ప్రత్యేవాస్యా హుతయ-స్తిష్ఠన్త్యథో ప్రతిష్ఠిత్యై । కృణుష్వ పాజ ఇతి పంచ

భూదేవతాకమన్త్రః

అదితి-ర్దేవా గన్ధర్వా మనుష్యాః పితరోఽసురాస్తేషాగ్‍ం సర్వభూతానాం మాతా మేదినీ మహతా మహీ సావిత్రీ

గాయత్రీ జగత్యుర్వీ పృథ్వీ బహులా విశ్వా భూతాకతమా కా యా సా సత్యేత్యమృతేతి వసిష్ఠః ॥

సర్వాదేవతా ఆపః

ఆపో వా ఇదꣳసర్వం విశ్వాభూతాన్యాపః ప్రాణా వా ఆపః పశవ ఆపోఽన్న-మాపోఽమృత-మాప-స్సమ్రాడాపో విరాడాప స్స్వరా-డాపశ్ఛన్దాగ్ం స్యాపో జ్యోతీꣳష్యాపో యజూꣳష్యాపస్సత్యమాప-స్సర్వాదేవతా ఆపో భూర్భువ -స్సువ-రాప ఓమ్ ॥

సన్ధ్యావన్దనమన్త్రాః

ఆపః పునన్తు పృథివీం పృథివీ పూతా పునాతు మామ్ । పునన్తు బ్రహ్మణస్పతిర్బ్రహ్మపూతా పునాత్తుమామ్। యదుచ్ఛిష్ట-మభోజ్యం యద్వా దుశ్చరితం మమ । సర్వం పునన్తు మా మాపోఽసతాం చ ప్రతిగ్రహꣳస్వాహా ॥

అగ్నిశ్చ మా మన్యుశ్చ మన్యుపతయశ్చ మన్యుకృతేభ్యః। పాపేభ్యో రక్షన్తామ్ । యదహ్నా పాపమకార్షమ్। మనసా వాచా

హస్తాభ్యామ్ । పదభ్యాముదరేణ శిశ్నా । అహస్తదవలుమ్పతు। యత్కిఞ్చ దురితం మయి । ఇదమహం మామమృతయోనౌ। సత్యే జ్యోతిషి జుహోమి స్వాహా ।

సూర్యశ్చ మా మన్యుశ్చ మన్యుపతయశ్చ మన్యు-కృతేభ్యః । పాపేభ్యో రక్షన్తామ్ । యద్రాత్రియా పాపమకార్షమ్ । మనసా వాచా హస్తాభ్యామ్ । పద్భ్యా-ముదరేణ శిశ్నా । రాత్రి-స్తదవలుమ్పతు । యత్కిఞ్చ దురితం మయి।ఇదమహం మా-మమృతయోనౌ । సూర్యే జ్యోతిషి జుహోమి స్వాహా ।

ప్రణవస్య ఋష్యాదివివరణమ్

ఓమిత్యేకాక్షరం బ్రహ్మ । అగ్నిర్దేవతా బ్రహ్మ ఇత్యార్షమ్ । గాయత్రం ఛన్దం పరమాత్మం సరూపమ్ । సాయుజ్యం వినియోగమ్ ॥

గాయత్ర్యావాహనమన్త్రాః

ఆయాతు వరదా దేవీ అక్షరం బ్రహ్మసంమితమ్। గాయత్రీం ఛన్దసాం మాతేదం బ్రహ్మ జుషస్వ మే ।

యదహ్నాత్కురుతే పాపం తదహ్నాత్ప్రతిముచ్యతే।
యద్రాత్రియాత్కురుతే పాపం తద్రాత్రియాత్ప్రతిముచ్యతే।
సర్వవర్ణే మహాదేవి సన్ధ్యావిద్యే సరస్వతి॥

ఓజోఽసి సహోఽసి బలమసి భ్రాజోఽసి దేవానాం ధామనామాసి విశ్వమసి విశ్వాయుస్సర్వ మసి సర్వాయు-రభిభూరోం గాయత్రీ - మావాహయామి సావిత్రీ-మావాహయామి సరస్వతీమావాహయామి-ఛన్దర్షీనావాహ యామి శ్రియ-మావాహయామి గాయత్రియా గాయత్రీచ్ఛన్దో విశ్వామిత్రఋషిస్సవితా దేవతాఽగ్నిర్ముఖం బ్రహ్మా శిరో విష్ణుర్హృదయం రుద్రశ్శిఖా పృథివీయోనిః ప్రాణాపానవ్యానో-దానసమానా సప్రాణా శ్వేతవర్ణా సాంఖ్యాయనసగోత్రా గాయత్రీ చతుర్వింశత్యక్షరా త్రిపదా షట్కుక్షిః పఞ్చశీర్షోప నయనే వినియోగః ఓం భూః। ఓం భువః ఓం సువః। ఓం మహః। ఓం జనః। ఓం తపః। ఓం సత్యమ్। ఓం తత్సవితు -ర్వరేణ్యంభర్గో దేవస్య ధీమహి। ధియో యో నః ప్రచోద యాత్। ఓ-మాపో జ్యోతీ రసోఽమృతం బ్రహ్మ భూర్భువస్సువరోమ్॥

గాయత్రీ-ఉపస్థానమన్త్రాః

ఉత్తమే శిఖరే జాతే భూమ్యాం పర్వతమూర్ధని । బ్రాహ్మణేభ్యోఽభ్యను జ్ఞాతా గచ్ఛదేవి యథాసుఖమ్ । స్తుతో మయా వరదా వేదమాతా ప్రచోదయన్తీ పవనే ద్విజాతా । ఆయుః పృథివ్యాం ద్రవిణం బ్రహ్మవర్చసం మహ్యం దత్వా ప్రజాతుం బ్రహ్మలోకమ్ ॥

ఆదిత్యదేవతామన్త్రః

ఘృణిస్సూర్య ఆదిత్యో న ప్రభా వాత్యక్షరమ్। మధుక్షరన్తి తద్రసమ్ । సత్యం వై తద్రస-మాపో జ్యోతీరసోఽమృతం బ్రహ్మ భూర్భువస్సువరోమ్ ।

త్రిసుపర్ణమన్త్రాః

బ్రహ్మ-మేతు మామ్ । మధు-మేతు మామ్। బ్రహ్మ-మేవ మధుమేతు మామ్ । యాస్తే సోమ ప్రజావత్సోఽభిసో అహమ్ । దుఃష్వప్నహం-దురుష్షహ । యాస్తే సోమ ప్రాణాగ్ం స్తాంజుహోమి । త్రిసుపర్ణ-మయాచితం బ్రాహ్మణాయ దద్యాత్। బ్రహ్మహత్యాం వా ఏతే ఘ్నన్తి । యే బ్రాహ్మణాస్త్రిసుపర్ణం

పఠన్తి । తే సోమం-ప్రాప్నువన్తి । ఆసహస్రాత్ పఙ్క్తిం పునన్తి। ఓమ్।

బ్రహ్మ మేధయా । మధు మేధయా । బ్రహ్మమేవ మధు మేధయా । అద్యా నో దేవ సవితః ప్రజావత్సావీ-స్సౌభగమ్ । పరా దుష్వప్నియగ్ం సువ । విశ్వాని దేవ సవితర్దురితాని పరా సువ । యద్భద్రం తన్మ ఆసువ । మధువాతా ఋతాయతే మధుక్షరన్తి సిన్ధవః । మాధ్వీర్నస్సన్త్వోషధీః । మధు-నక్తముతోషసి మధుమత్పార్థివగ్ం రజః । మధు-ద్యౌరస్తు నః పితా । మధుమాన్నో వనస్పతిర్మధుమాగ్ం అస్తు సూర్యః। మాధ్వీర్గావో భవన్తు నః । య ఇమం త్రిసుపర్ణ-మయాచితం బ్రాహ్మణాయ దద్యాత్ । భ్రూణహత్యాం వా ఏతే ఘ్నన్తి । యే బ్రాహ్మణాస్త్రిసుపర్ణం పఠన్తి । తే సోమం ప్రాప్నువన్తి । ఆసహస్రాత్ పఙ్క్తిం పునన్తి । ఓమ్ ॥

బ్రహ్మ మేధవా । మధు మేధవా । బ్రహ్మ-మేవ మధు మేధవా । బ్రహ్మా దేవానాం పదవీః కవీనా-మృషిర్విప్రాణాం మహిషో మృగాణామ్ । శ్యేనో గృధ్రాణాగ్ం స్వధితి-ర్వనానాగ్ం సోమః పవిత్రమత్యేతి రేభన్ । హగ్ంసశ్శు చిషద్వసు

రన్తరిక్షస-ద్ధోతా వేదిషదతిథిర్దురోణసత్ । నృష-ద్వరసదృ తసద్వ్యోమస-దబ్జా గోజా ఋతజా అద్రిజా ఋతం బృహత్। ఋచే త్వా రుచే త్వా సమిత్ స్రవన్తి సరితో స ధేనాః । అన్తర్హృదా మనసా పూయమానాః । ఘృతస్య ధారా అభిచాకశీమి। హిరణ్యయో వేతసో మధ్య ఆసామ్ । తస్మిన్థ్సుపర్ణో మధుకృత్ కులాయీ భజన్నాస్తే మధు-దేవతాభ్యః । తస్యాసతే హరయస్సప్తతీరే స్వధాం దుహానా అమృతస్య ధారామ్ । య ఇదం త్రిసుపర్ణ-మయాచితం బ్రాహ్మణాయ దద్యాత్ । వీరహత్యాం వా ఏతే ఘ్నన్తి। యే బ్రాహ్మణాస్త్రిసుపర్ణం పఠన్తి । తే సోమం ప్రాప్నువన్తి । ఆసహస్రాత్ పఙ్క్తిం పునన్తి। ఓమ్ ॥

మేధాసూక్తమ్

ఓం మేధాదేవీ జుషమాణా న ఆగా-ద్విశ్వాచీ భద్రా సుమనస్యమానా । త్వయా జుష్టా నుదమానా దురుక్తాన్ బృహద్వదేమ విదథే సువీరాః । త్వయా జుష్ట ఋషిర్భవతి దేవి త్వయా బ్రహ్మాఽఽగతశ్రీ రుతత్వయా । త్వయా జుష్ట-శ్చిత్రం విన్దతే వసు సానో జుషస్వ ద్రవిణో న మేధే ॥

మేధాం మ ఇన్ద్రో దదాతు మేధాం దేవీ సరస్వతీ । మేధాం మే అశ్వినావుభావాధత్తాం పుష్కరస్రజా । అప్సరాసు చ యా

మేధా గన్ధర్వేషు చ యన్మనః । దైవీం మేధా సరస్వతీ సా మాం మేధా సురభిర్జుషతాఽ స్వాహా ॥

ఆమాం మేధా సురభి-ర్విశ్వరూపా హిరణ్యవర్ణా జగతీ జగమ్యా । ఊర్జస్వతీ పయసా పిన్వమానా సామాం మేధా సుప్రతీకా జుషన్తామ్ ॥

మయి మేధాం మయి ప్రజాం మయ్యగ్నిస్తేజో దధాతు మయి మేధాం మయి ప్రజాం మయీన్ద్ర ఇన్ద్రియం దధాతు మయి మేధాం మయి ప్రజాం మయి సూర్యో భ్రాజో దధాతు ॥

మృత్యునివారణమన్త్రాః

అపైతు మృత్యు-రమృతం న ఆగన్వైవస్వతో నో అభయం కృణోతు । పర్ణం వనస్పతే-రివాభిన-శ్శీయతాꣳరయి స్సచతాన్న-శ్శచీపతిః ॥

పరం మృత్యో అనుపరేహి పన్థాం యస్తే స్వ ఇతరో దేవయానాత్ । చక్షుష్మతే శృణ్వతే తే బ్రవీమి మా నః ప్రజాꣳ-రీరిషో మోత వీరాన్ ॥

వాతం ప్రాణం మనసాఽన్వారభామహే ప్రజాపతిం యో భువనస్య గోపాః। స నో మృత్యోస్త్రాయతాం పాత్వꣳహసో జ్యోగ్జీవాజరా- మశీమహి ॥

అవమ్రత్ర భూయయా-దధ యద్యమస్య బృహస్పతే అభిశస్తేరముఞ్చః । ప్రత్యౌహతా మశ్వినా మృత్యు-మస్మా ద్దేవానా-మగ్నే భిషజా శచీభిః ॥

హరిగ్ంం హరన్త-మనుయన్తి దేవా విశ్వస్యేశానం వృషభం మతీనామ్ । బ్రహ్మ సరూప-మనుమేద-మాగా-దయనం మావివధీర్విక్రమస్వ ॥

శల్కైరగ్ని-మిన్ధాన ఉభౌ లోకౌ సనేమహమ్ । ఉభయోర్లోక యోర్బుద్ధ్వాఽతిమృత్యుం తరామ్యహమ్ ॥

మా ఛిదోమృత్యో మావధీర్మా మే బలం వివృహో మా ప్రమోషీః । ప్రజాం మామే రీరిష ఆయు-రుగ్ర నృచక్షసం త్వా హవిషా విధేమ ॥

మా నో మహాన్త-ముత మా నో అర్భకం మా న ఉక్షన్త ముతమాన ఉక్షితమ్ । మా నో వధీః పితరం మోత మాతరం ప్రియా మానస్తనువో రుద్ర రీరిషః ॥

మా న-స్తోకే తనయే మాన ఆయుషి మానో గోషు మానో అశ్వేషు రీరిషః । వీరాన్మానో రుద్ర భామితో వధీర్ హవిష్మన్తో నమసా విధేమ తే ॥

ప్రజాపతిప్రార్థనామన్త్రః

ప్రజాపతే నత్వదేతాన్యన్యో విశ్వా జాతాని పరితా బభూవ। యత్కామాస్తే జుహుమస్తన్నో అస్తు వయꣳస్యామ పతయో రయీణామ్ ॥

ఇన్ద్రప్రార్థనామన్త్రః

స్వస్తిదా విశస్పతిర్వృత్రహా విమృధో వశీ । వృషేన్ద్రః పుర ఏతు నస్స్వస్తిదా అభయంకరః ॥

మృత్యుఞ్జయమన్త్రాః

త్ర్యమ్బకం యజామహే సుగన్ధిం పుష్టివర్ధనమ్ । ఉర్వారుకమివ బన్ధనాన్ మృత్యోర్ముక్షీయమాఽమృతాత్ ॥

యే తే సహస్ర-మయుతం పాశా మృత్యో మర్త్యాయ హన్తవే । తాన్ యజ్ఞస్య మాయయా సర్వానవ యజామహే॥ మృత్యవే స్వాహా మృత్యవే స్వాహా॥

పాపనివారకాః మన్త్రాః

దేవకృతస్యైనసోఽవయజన-మసి స్వాహా। మనుష్యకృతస్యైనసోఽవయజన-మసి స్వాహా । పితృకృతస్యైనసోఽవయజనమసి స్వాహా । ఆత్మకృతస్యైనసోఽవయజన-

మసి స్వాహా । అన్యకృత స్యైనసోఽవయజనమసి స్వాహా। అస్మత్ కృత స్యైనసోఽవయజనమసి స్వాహా। యద్దివా చ నక్తం చైనశ్చకృమ తస్యావయజనమసి స్వాహా। యత్ స్వపన్తశ్చ జాగ్రతశ్చైన శ్చకృమ తస్యావయజనమసి స్వాహా । యథ్సుషుప్తశ్చ జాగ్రత శ్చైనశ్చకృమ తస్యావయజనమసి స్వాహా। యద్విద్వాఽ౦స-శ్చావి-ద్వాఽ౦స-శ్చైనశ్చ కృమ తస్యావయ -జనమసి స్వాహా । ఏనస ఏనసో ఽవయజన-మసి స్వాహా ॥

వసుప్రార్థనామన్త్రః

యద్వో దేవాశ్చకృమ జిహ్వయా గురుమనసో వా ప్రయుతీ దేవ హేడనమ్ । అరావా యో నో అభిదుచ్ఛునాయతే తస్మిన్తదేనో వసవో నిధేతన స్వాహా ॥

కామోఽకార్షీత్-మన్యురకార్షీత్ మన్త్రః

కామోఽకార్షీన్నమో నమః । కామోకార్షీత్కామః కరోతి నాహం కరోమి కామః కర్తా నాహం కర్తా కామః కారయితా నాహం కారయితా ఏష తే కామ కామాయ స్వాహా ॥

మన్యు-రకార్షీన్నమో నమః । మన్యు-రకార్షీన్మన్యుః కరోతి

నాహం కరోమి మన్యుః కర్తా నాహం కర్తా మన్యుః కారయితా నాహంకారయితా ఏష తే మన్యో మన్యవే స్వాహా ॥

విరజాహోమమన్త్రాః

తిలాంజుహోమి సరసాగ్ం సపిష్టాన్ గన్ధార మమ చిత్తే రమన్తు స్వాహా । గావో హిరణ్యం ధన-మన్నపానగ్ం సర్వేషాగ్ం శ్రియై స్వాహా । శ్రియం చ లక్ష్మీం చ పుష్టిం చ కీర్తిం చానృణ్యతామ్ । బ్రహ్మణ్యం బహుపుత్రతామ్ । శ్రద్ధామేధే ప్రజా-స్సన్దదాతు స్వాహా ॥

తిలాః కృష్ణాస్తిలా-శ్వేతా స్తిలా-స్సౌమ్యా వశానుగాః । తిలాః పునన్తు మే పాపం యత్కించిద్ దురితం మయి స్వాహా। చోరస్యాన్నం నవశ్రాద్ధం బ్రహ్మహా గురుతల్పగః । గోస్తేయగ్ం సురాపానం భ్రూణహత్యా తిలా శాన్తిగ్ంశమయన్తు స్వాహా। శ్రీశ్చ లక్ష్మీశ్చ పుష్టీశ్చ కీర్తిం-చానృణ్యతామ్ । బ్రహ్మణ్యం బహుపుత్రతామ్। శ్రద్ధామేధే ప్రజ్ఞాతు జాతవేదస్సన్దదాతు స్వాహా॥

ప్రాణాపాన-వ్యానోదాన-సమానా మే శుధ్యన్తాం జ్యోతిరహం విరజా విపాప్మా భూయాసగ్ం స్వాహా । వాఙ్మనశ్చక్షుశ్

శ్రోత్రజిహ్వాఘ్రాణ-రేతో-బుద్ధ్యాకూతి-స్సంకల్పా మే శుధ్యన్తాం
జ్యోతిరహం విరజా విపాప్మా భూయాసగ్ స్వాహా।
త్వక్చర్మమాగ్ంస-రుధిర-మేదో-మజ్జా-స్నాయవో-ఉస్థీని మే
శుధ్యన్తాం జ్యోతిరహం విరజా విపాప్మా భూయాసగ్ స్వాహా।
శిరఃపాణిపాద-పార్శ్వపృష్ఠోరూదర -జఙ్ఘ శిశ్నోపస్థ-పాయవో
మే శుధ్యన్తాం జ్యోతి-రహం విరజా విపాప్మా భూయాసగ్ స్వాహా ।
ఉత్తిష్ఠ పురుష హరితపిఙ్గల లోహితాక్షిదేహి దేహి దదాపయితా
మే శుధ్యన్తాం జ్యోతి-రహం విరజా విపాప్మా భూయాసగ్ స్వాహా॥

పృథివ్యాప-స్తేజో-వాయు-రాకాశా మే శుధ్యన్తాం
జ్యోతిరహం విరజా విపాప్మా భూయాసగ్ స్వాహా । శబ్ద-స్పర్శ-
రూప-రస-గన్ధా మే శుధ్యన్తాం జ్యోతిరహం విరజా విపాప్మా
భూయాసగ్ స్వాహా । మనోవాక్కాయ-కర్మాణి మే శుధ్యన్తాం
జ్యోతిరహం విరజా విపాప్మా భూయాసగ్ స్వాహా॥ అవ్యక్తభావై-
రహఙ్కారైర్జ్యోతిరహం విరజా విపాప్మా భూయా సగ్ స్వాహా । ఆత్మా
మే శుధ్యన్తాం జ్యోతిరహం విరజా విపాప్మా భూయాసగ్ స్వాహా ।
అన్తరాత్మా మే శుధ్యన్తాంజ్యోతిరహం విరజా విపాప్మా భూయాసగ్
స్వాహా । పరమాత్మా మే శుధ్యన్తాం జ్యోతిరహం విరజా విపాప్మా

భూయాసꣳ స్వాహా। క్షుధే స్వాహా । క్షుత్పిపాసాయ స్వాహా । వివిట్ట్యై స్వాహా। ఋగ్విధానాయ స్వాహా । కషోత్కాయ స్వాహా । క్షుత్పి- పాసామలాం జ్యేష్ఠా- మలక్ష్మీ-ర్నాశయామ్యహమ్ । అభూతి- మసమృద్ధిం చ సర్వాన్నిర్ణుద మే పాప్మానꣳ స్వాహా। అన్నమయ-ప్రాణమయ-మనోమయ-విజ్ఞానమయ-మానన్దమయమాత్మా మే శుధ్యన్తాం జ్యోతిరహం విరజా విపాప్మా భూయాసꣳస్వాహా॥

వైశ్వదేవమన్త్రాః

అగ్నయే స్వాహా । విశ్వేభ్యో దేవేభ్య-స్స్వాహా । ధ్రువాయ భూమాయ స్వాహా । ధ్రువక్షితయే స్వాహా । అచ్యుతక్షితయే స్వాహా । అగ్నయే స్విష్టకృతే స్వాహా । ధర్మాయ స్వాహా । అధర్మాయ స్వాహా । అద్భ్యస్స్వాహా । ఓషధివనస్పతిభ్య-స్స్వాహా ॥

రక్షోదేవజనేభ్య-స్స్వాహా । గృహ్యాభ్య-స్స్వాహా । అవసానేభ్య స్స్వాహా । అవసానపతిభ్య-స్స్వాహా । సర్వ-భూతేభ్యస్స్వాహా। కామాయ స్వాహా । అన్తరిక్షాయ స్వాహా । యదేజతి జగతి యచ్చ

చేష్టతి నామ్నో భాగోఽయం నామ్నే స్వాహా । పృథివ్యై స్వాహా । అన్తరిక్షాయ స్వాహా ॥

దివే స్వాహా । సూర్యాయ స్వాహా । చన్ద్రమసే స్వాహా । నక్షత్రేభ్యస్స్వాహా । ఇన్ద్రాయ స్వాహా । బృహస్పతయే స్వాహా । ప్రజాపతయే స్వాహా । బ్రహ్మణే స్వాహా । స్వధాపితృభ్య- స్స్వాహా । నమో రుద్రాయ పశుపతయే స్వాహా ॥

దేవేభ్య-స్స్వాహా । పితృభ్యస్స్వధాఽస్తు । భూతేభ్యో నమః । మనుష్యేభ్యో హన్తా । ప్రజాపతయే స్వాహా । పరమేష్ఠినే స్వాహా । యథా కూప-శ్శతధార-స్సహస్రధారో అక్షితః । ఏవా మే అస్తు ధాన్యꣳసహస్రధారమక్షితమ్ । ధనధాన్యై స్వాహా । యే భూతాః । ప్రచరన్తి దివానక్తం బలీ-మిచ్ఛన్తో వితుదస్య ప్రేష్యాః । తేభ్యోబలిం పు ష్టికామో హరామి మయి పుష్టిం పుష్టిపతిర్దధాతు స్వాహా ।

ఓం తద్ బ్రహ్మ । ఓం తద్వాయుః । ఓం తదాత్మా । ఓం తత్సత్యమ్ । ఓం తత్సర్వమ్ । ఓం తత్పురో-ర్నమః । అన్తశ్చరతి భూతేషు గుహాయాం విశ్వమూర్తిషు । త్వం యజ్ఞస్త్వం వషట్కారస్త్వమిన్ద్రస్త్వꣳ రుద్ర-స్త్వం విష్ణు-స్త్వం బ్రహ్మ త్వం

ప్రజాపతిః । త్వం తదాప ఆపో జ్యోతీ రసో౽మృతం బ్రహ్మ భూర్భువస్సువ-రోమ్ ॥

ప్రాణాహుతిమన్త్రాః

శ్రద్ధాయాం ప్రాణే నివిష్టో౽మృతం జుహోమి । శ్రద్ధాయామపానే నివిష్టో౽మృతం జుహోమి। శ్రద్ధాయాం వ్యానే నివిష్టో౽మృతం జుహోమి । శ్రద్ధాయాముదానే నివిష్టో౽మృతం జుహోమి । శ్రద్ధాయాగ్ం-సమానే నివిష్టో౽మృతం జుహోమి । బ్రహ్మణి మ ఆత్మా౽మృత-త్వాయ । అమృతోపస్తరణ-మసి । శ్రద్ధాయాం ప్రాణే నివిష్టో౽మృతం జుహోమి । శివో మా విశాప్రదాహాయ । ప్రాణాయ స్వాహా ॥

శ్రద్ధాయా-మపానే నివిష్టో౽మృతం జుహోమి । శివో మా విశప్రదాహాయ । అపానాయ స్వాహా । శ్రద్ధాయాం వ్యానే నివిష్టో౽మృతం జుహోమి। శివో మా విశాప్రదాహాయ । వ్యానాయస్వాహా । శ్రద్ధాయా-ముదానే నివిష్టో౽మృతం జుహోమి । శివోమా విశాప్రదాహాయ । ఉదానాయ స్వాహా । శ్రద్ధాయాగ్ం సమానే నివిష్టో౽మృతం జుహోమి । శివో మా విశాప్రదాహాయ । సమానాయ స్వాహా । బ్రహ్మణి మ ఆత్మా౽మృతత్వాయ । అమృతాపిధానమసి ॥

భుక్తాన్నాభిమన్త్రణమన్త్రాః

శ్రద్ధాయాం ప్రాణే నివిశ్యామృతꣳ హుతమ్ । ప్రాణ- మన్నేనాప్యాయస్వ । శ్రద్ధాయా-మపానే నివిశ్యామృతꣳ హుతమ్ । అపానమన్నేనాప్యాయస్వ । శ్రద్ధాయాం వ్యానే నివిశ్యామృతꣳ హుతమ్ । వ్యానమన్నేనాప్యాయస్వ । శ్రద్ధాయా-ముదానే నివిశ్యామృతꣳ హుతమ్ । ఉదానమన్నే-నాప్యాయస్వ । శ్రద్ధాయాꣳ సమానే నివిశ్యామృతꣳ హుతమ్ । సమాన- మన్నేమాప్యాయస్వ ॥

భోజనాన్తే ఆత్మానుసన్ధానమన్త్రాః

అఙ్గుష్ఠమాత్రః పురుషోఽఙ్గుష్ఠం చ సమాశ్రితః । ఈశస్సర్వస్య-జగతః ప్రభుః ప్రీణాతి విశ్వభుక్ ॥

అవయవస్వస్థతా-ప్రార్థనామన్త్రః

వాఙ్మ ఆసన్ । నసోఃప్రాణః । అక్ష్యో-శ్చక్షుః । కర్ణయో శ్రోత్రమ్ । బాహువోర్బలమ్ । ఊరువో-రోజః । అరిష్టా విశ్వాన్యఙ్గాని తనూః । తనువా మే సహ నమస్తే అస్తు మా మా హిꣳసీః ॥

ఇన్ద్రసప్తర్షిసంవాదమన్త్రః

వయం-స్సుపర్ణా ఉపసేదురిన్ద్రం ప్రియమేధా ఋషయో నాధమానాః । అపధ్వాన్తమూర్ణుహి పూర్ధి చక్షుర్ముముగ్ధ్యస్మాన్నిధయేఽవ బద్ధాన్॥

హృదయాలంభనమన్త్రః

ప్రాణానాం గ్రన్థిరసి రుద్రో మా విశాన్తకః। తేనాన్నే-నాప్యాయస్వ ॥

దేవతాప్రాణనిరూపణమన్త్రః

నమో రుద్రాయ విష్ణవే మృత్యుర్మే పాహి ।

అగ్నిస్తుతిమన్త్రః

త్వమగ్నే ద్యుభి-స్త్వ-మాశుశుక్షణి-స్త్వ-మద్భ్యస్త్వ మశ్మనస్పరి । త్వం వనేభ్యస్త్వమో-షధీభ్యస్త్వం నృణాం నృపతే జాయసే శుచిః ॥

అభీష్టయాచనామన్త్రః

శివేన మే సన్తిష్ఠస్వ స్యోనేన మే సన్తిష్ఠస్వ సుభూతేన మే సన్తిష్ఠస్వ బ్రహ్మవర్చసేన మే సన్తిష్ఠస్వ యజ్ఞస్యర్ధి-మను సన్తిష్ఠస్వోప తే యజ్ఞ నమ ఉప తే నమ ఉప తే నమః ॥

పరతత్త్వ - నిరూపణమ్

సత్యం పరం పరꣳసత్యꣳసత్యేన న సువర్గా ల్లోగాచ్చ్యవన్తే కదాచన సతాꣳ హి సత్యం తస్మాత్ సత్యే రమన్తే తప ఇతి తపో నానశనాత్పరం యద్ధి పరం తప-స్తద్దుర్ధర్షం తద్దురాధర్షం తస్మాత్తపసి రమన్తే దమ ఇతి నియతం బ్రహ్మచారిణస్తస్మాద్దమే రమన్తే శమ ఇత్యరణ్యే మునయ-స్తస్మాచ్ఛమే రమన్తే-దానమితి సర్వాణి భూతాని ప్రశꣳసన్తి దానా-న్నాతి దుశ్చరం తస్మా-ద్దానే రమన్తే ధర్మ ఇతి ధర్మేణ సర్వ-మిదం పరిగృహీతం ధర్మాన్నాతిదుష్కరం తస్మా-ద్ధర్మే రమన్తే ప్రజన ఇతి భూయాగ్ంసస్తస్మాద్భూయిష్ఠాః ప్రజాయన్తే తస్మాద్భూయిష్ఠాః ప్రజననే రమన్తే ఉగ్నయ ఇత్యాహ తస్మా-దగ్నయ ఆధాతవ్యా అగ్నిహోత్రమిత్యాహ తస్మా-దగ్నిహోత్రే రమన్తే యజ్ఞ ఇతి యజ్ఞో హి దేవాస్తస్మాద్యజ్ఞే రమన్తే మానసమితి విద్వాꣳస-స్తస్మా-ద్విద్వాꣳస ఏవ మానసే రమన్తే న్యాస ఇతి బ్రహ్మా బ్రహ్మా హి పరః పరో హి బ్రహ్మా తాని వా ఏతాన్యవరాణి పరాꣳసి న్యాస ఏవా త్యరేచయద్య ఏవం వేదే-త్యుపనిషత్ ॥

జ్ఞానసాధన - నిరూపణమ్ ।

ప్రాజాపత్యో హారుణి-స్సుపర్ణేయః ప్రజాపతిం పితరముపససార కిం భగవన్తః పరమం వదన్తీతి తస్మై ప్రోవాచ సత్యేన వాయు-రావాతి సత్యేనాదిత్యో రోచతే దివి సత్యం వాచఀప్రతిష్ఠా సత్యే సర్వం ప్రతిష్ఠితం తస్మాత్ సత్యం పరమం వదన్తి తపసా దేవా దేవతా-మగ్ర ఆయన్ తపసర్షయస్సువరన్వవిన్దన్ తపసా సపత్నాన్ ప్రణుదామారాతీ-స్తపసి సర్వం ప్రతిష్ఠితం తస్మాత్తపః పరమం వదన్తి దమేన దాన్తాః కిల్బిష-మవధూన్వన్తి దమేన బ్రహ్మచారిణ-స్సువరగచ్ఛన్ దమో భూతానాం దురాధర్షందమే సర్వం ప్రతిష్ఠితం తస్మాద్దమః పరమం వదన్తి శమేన శాన్తా-శ్శివ-మాచరన్తి శమేన నాకం మునయో ఉన్వవిన్దఞ్ఛమో భూతానాం దురాధర్షఛమే సర్వం ప్రతిష్ఠితం తస్మాచ్ఛమః పరమం వదన్తి దానం యజ్ఞానాం వరూథం దక్షిణా లోకే దాతారఀ-సర్వభూతాన్యుపజీవన్తి దానేనారాతీ-రపానుదన్త దానేన ద్విషన్తో మిత్రా భవన్తి దానే సర్వం ప్రతిష్ఠితం తస్మా-ద్దానం పరమం వదన్తి ధర్మో విశ్వస్య జగతః ప్రతిష్ఠా లోకే ధర్మిష్ఠం ప్రజా ఉపసర్పన్తి ధర్మేణ పాప-మపనుదతి ధర్మే

సర్వం ప్రతిష్ఠితం తస్మాద్ధర్మం పరమం వదన్తి ప్రజననం వై
ప్రతిష్ఠా లోకే సాధుప్రజాయాస్తన్తుం తన్వానః పితౄణా-మనృణో
భవతి తదేవ తస్యా అనృణం తస్మాత్ ప్రజననం పరమం
వదన్త్యగ్నయో వై త్రయీ-విద్యా దేవయానః పన్థా గార్హపత్య
ఋక్పృథివీ రథన్తర-మన్వాహార్య పచనం యజురన్తరిక్షం
వామదేవ్య-మాహవనీయస్సామసువర్గో లోకో బృహత్తస్మా-
దగ్నీన్ పరమం వదన్త్యగ్నిహోత్రꣳసాయం ప్రాతర్గృహాణాం
నిష్కృతిస్స్విష్టꣳ సుహుతం యజ్ఞక్రతూనాం ప్రాయణꣳ
సువర్గస్య లోకస్య జ్యోతి-స్తస్మా-దగ్నిహోత్రం పరమం వదన్తి
యజ్ఞ ఇతి యజ్ఞేన హి దేవా దివం గతా యజ్ఞేనాసురా-
నపానుదన్త యజ్ఞేన ద్విషన్తో మిత్రా భవన్తి యజ్ఞే సర్వం ప్రతిష్ఠితం
తస్మాద్యజ్ఞం పరమం వదన్తి మానసం వై ప్రాజాపత్యం
పవిత్రం మానసేన మనసా సాధు పశ్యతి మానసా ఋషయః
ప్రజా అసృజన్త మానసే సర్వం ప్రతిష్ఠితం తస్మాన్మానసం పరమం
వదన్తి న్యాస ఇత్యాహుర్మనీషిణో బ్రహ్మాణం బ్రహ్మా
విశ్వఃకతమస్స్వయమ్భుః ప్రజాపతిస్సంవత్సర ఇతి
సంవత్సరోఽసా-వాదిత్యో య ఏష ఆదిత్యే పురుష-స్స
పరమేష్ఠీ బ్రహ్మాత్మా యాభిరాదిత్య-స్తపతి రశ్మిభి -స్తాభిః

పర్జన్యో వర్షతి పర్జన్యే-నౌషధి-వనస్పతయః ప్రజాయన్త
ఓషధివనస్పతిభి-రన్నం భవత్యన్నేన ప్రాణాః ప్రాణైర్బలం బలేన
తపస్తపసా శ్రద్ధా శ్రద్ధయా మేధా మేధయా మనీషా
మనీషయా మనో మనసా శాన్తి-శ్శాన్త్యా చిత్తం చిత్తేన స్మృతిగ్ం
స్మృత్యా స్మారగ్గ్ం స్మారేణ విజ్ఞానం విజ్ఞానేనాత్మానం వేదయతి
తస్మాదన్నం దదన్ సర్వాణ్యేతాని దదాత్యన్నాత్ప్రాణా భవన్తి
భూతానాం ప్రాణై-ర్మనో మనసశ్చ విజ్ఞానం విజ్ఞానాదానన్దో
బ్రహ్మయోనిస్స వా ఏష పురుషః పంచధా పంచాత్మా యేన
సర్వమిదం ప్రోతం పృథివీ చాన్తరిక్షం చ ద్యౌశ్చ దిశశ్చావాన్తర దిశాశ్చ
స వై సర్వ-మిదం జగత్స భూతగ్ంస భవ్యం జిజ్ఞాసక్లృప్త
ఋతజా-రయిష్ఠా శ్రద్ధా సత్యో మహస్వాన్ తపసో వరిష్ఠాత్
జ్ఞాత్వా తమేవం మనసా హృదా చ భూయో న మృత్యు-
ముపయాతి విద్వాన్ తస్మాన్న్యాస-మేషాం తపసా-
మతిరిక్తమాహుర్వసురణ్వో విభూరసి ప్రాణే త్వమసి
సన్ధాతా బ్రహ్మన్ త్వమసి విశ్వధృత్తేజోదా-స్త్వమస్యగ్ని-
రసివర్చోదా స్త్వమసి సూర్యస్య ద్యుమ్న్ నోదా-స్త్వమసి
చన్ద్రమస ఉపయామగృహీతోఽసి బ్రహ్మణే త్వా మహస
ఓమిత్యాత్మానం యుఞ్జీతైతద్వై మహోపనిషదం దేవానాం

గుహ్యం యు ఏవం వేద బ్రహ్మణో మహిమానమవాప్నోతి తస్మాద్బ్రహ్మణో మహిమాన- మిత్యుపనిషత్ ॥

జ్ఞానయజ్ఞః

తస్యైవం విదుషో యజ్ఞస్యాత్మా యజమాన-శ్శ్రద్ధాపత్నీ శరీర-మిధ్మమురో వేదిర్ లోమాని బర్హిర్వేద-శ్శిఖా హృదయం యూపః కామ ఆజ్యం మన్యుః పశుస్తపో౽గ్నిర్దమ-శ్శమయితా దక్షిణా-వాగ్ఘోతాప్రాణ ఉద్గాతా చక్షురధ్వర్యుర్మనో బ్రహ్మ శ్రోత్రమగ్నీ-ద్యావద్ధియతే సా దీక్షా యదశ్నాతి తద్ధవి-ర్యత్పిబతి తదస్య సోమపానం యద్రమతే తదుపసదో యత్సంచరత్యు-పవిశత్యుత్తిష్ఠతే చ సప్రవర్గ్యో యన్ముఖం తదాహవనీయో యా వ్యాహృతిరాహుతిర్యదస్య విజ్ఞానం తజ్జుహోతి యత్సాయం ప్రాత రత్తి తత్సమిధం యత్ప్రాత ర్మధ్యందిన౨ం సాయం చ తాని సవనాని యే అహోరాత్రే తే దర్శపూర్ణమాసౌ యే౽ర్ధమాసాశ్చ మాసాశ్చ తే చాతు ర్మాస్యాని య ఋతవస్తే పశుబన్ధా యే సంవత్సరాశ్చ పరివత్సరాశ్చ తే౽హర్గణాస్సర్వ వేదసం వా ఏతత్సత్రం యన్మరణం తదవభృథ ఏతద్వై జరామర్యమగ్నిహోత్ర౨ం సత్రం య ఏవం విద్వానుదగయనే ప్రమీయతే దేవానామేవ మహిమానం గత్వా౽౽దిత్యస్య సాయుజ్యం గచ్ఛత్యథ యో

దక్షిణే ప్రమీయతే పితృణామేవ మహిమానం గత్వా చన్ద్రమసస్సాయుజ్యꣳసలోకతా-మాప్నోత్యేతౌ వై సూర్యాచన్ద్రమసో-ర్మహిమానౌ బ్రాహ్మణో విద్వానభిజయతి తస్మాద్-బ్రహ్మణో మహిమాన మాప్నోతి తస్మాద్-బ్రహ్మణో మహిమాన మిత్యుపనిషత్ ॥

ఓం సహ నావవతు । సహ నౌ భునక్తు । సహ వీర్యం కరవావహై తేజస్వినావధీతమస్తు మా విద్విషావహై । ఓం శాన్తిః శ్శాన్తిః శ్శాన్తిః ॥

3. శ్రీ రుద్రప్రశ్నః

లఘున్యాసః

అథాత్మానం శివాత్మానం శ్రీరుద్రరూపం ధ్యాయేత్ ॥

శుద్ధస్ఫటికసఙ్కాశం త్రిణేత్రం పఞ్చవక్త్రకమ్ ।
గఙ్గాధరం దశభుజం సర్వాభరణభూషితమ్ ॥

నీలగ్రీవం శశాంకాంకం నాగయజ్ఞోపవీతినమ్ ।
వ్యాఘ్రచర్మోత్తరీయం చ వరేణ్యమభయప్రదమ్ ॥

కమణ్డల్వక్షసూత్రాణాం ధారిణం శూలపాణినమ్ ।
జ్వలన్తం పిఙ్గలజటాశిఖాముద్యోతధారిణమ్ ॥

వృషస్కన్ధ-సమారూఢం ఉమాదేహార్ధ-ధారిణమ్ ।
అమృతేనాప్లుతం శాన్తం దివ్యభోగ-సమన్వితమ్ ॥

దిగ్దేవతాసమాయుక్తం సురాసురనమస్కృతమ్ ॥
నిత్యం చ శాశ్వతం శుద్ధం ధ్రువమక్షరమవ్యయమ్ ॥
సర్వవ్యాపినమీశానం రుద్రం వై విశ్వరూపిణమ్ ।
ఏవం ధ్యాత్వా ద్విజస్సమ్యక్ తతో యజన-మారభేత్॥

ప్రజనే బ్రహ్మా తిష్ఠతు । పాదయోర్విష్ణుస్తిష్ఠతు । హస్తయోర్హరస్తిష్ఠతు । బాహ్వోరిన్ద్రస్తిష్ఠతు । జఠరేఽగ్నిస్తిష్ఠతు । హృదయే శివస్తిష్ఠతు । కణ్ఠే వసవస్తిష్ఠన్తు । వక్త్రే సరస్వతీ తిష్ఠతు । నాసికయోర్వాయుస్తిష్ఠతు । నయనయోశ్చన్ద్రాదిత్యౌ తిష్ఠేతామ్ । కర్ణయో-రశ్వినౌ తిష్ఠేతామ్ । లలాటే రుద్రాస్తిష్ఠన్తు।మూర్ధ్న్యదిత్యాస్తిష్ఠన్తు । శిరసిమహాదేవస్తిష్ఠతు। శిఖాయాం వామదేవస్తిష్ఠతు । పృష్ఠేపినాకీ తిష్ఠతు । పురతః శూలీ తిష్ఠతు । పార్శ్వయోః శివాశఙ్కరౌ తిష్ఠేతామ్ । సర్వతో వాయుస్తిష్ఠతు । తతో బహిః సర్వతోఽగ్నిర్జ్వాలామాలా-పరివృతస్తిష్ఠతు । సర్వేష్వఙ్గేషు సర్వా దేవతా యథాస్థానం తిష్ఠన్తు మాం రక్షన్తు ॥

అగ్నిర్మే వాచి శ్రితః । వాగ్ఘృదయే। హృదయం మయి। అహమమృతే । అమృతం బ్రహ్మణి । వాయుర్మే ప్రాణే శ్రితః।

ప్రాణో హృదయే। హృదయం మయి। అహమమృతే। అమృతం బ్రహ్మణి। సూర్యో మే చక్షుషి శ్రితః। చక్షుర్ హృదయే। హృదయం మయి। అహమమృతే। అమృతం బ్రహ్మణి। చన్ద్రమా మే మనసి శ్రితః। మనో హృదయే। హృదయం మయి। అహమ మృతే। అమృతం బ్రహ్మణి। దిశో మే శ్రోత్రే శ్రితాః। శ్రోత్రꣳ హృదయే। హృదయం మయి। అహమమృతే। అమృతం బ్రహ్మణి। ఆపో మే రేతసి శ్రితాః రేతో హృదయే। హృదయం మయి। అహమమృతే। అమృతం బ్రహ్మణి। పృథివీ మే శరీరే శ్రితాః। శరీరꣳ హృదయే। హృదయం మయి। అహమమృతే। అమృతం బ్రహ్మణి। ఓషధివనస్పతయో మే లోమసు శ్రితాః। లోమాని హృదయే। హృదయం మయి। అహమమృతే। అమృతం బ్రహ్మణి। ఇన్ద్రో మే బలే శ్రితః। బలꣳ హృదయే। హృదయం మయి। అహమమృతే। అమృతం బ్రహ్మణి। పర్జన్యో మే మూర్ధ్ని శ్రితః। మూర్ధా హృదయే। హృదయం మయి। అహమమృతే। అమృతం బ్రహ్మణి। ఈశానో మే మన్యౌ శ్రితః। మన్యుర్హృదయే। హృదయం మయి। అహమమృతే। అమృతం బ్రహ్మణి। ఆత్మా మ ఆత్మని శ్రితః। ఆత్మా హృదయే। హృదయం మయి।

అహావమవమృతే । అవమృతం బ్రహ్మణి। పునర్మ ఆత్మా పునరాయురాగాత్ । పునః ప్రాణః పునరాకూతమాగాత్ వైశ్వానరో రశ్మిభిర్వావృధానః । అన్తస్తిష్ఠత్వ-మృతస్య గోపాః ॥

అస్య శ్రీరుద్రాధ్యాయ-ప్రశ్న-మహామన్త్రస్య అఘోర ఋషిః, అనుష్టుప్ఛన్దః, సఙ్కర్షణమూర్తిస్వరూపో యోఽసావాదిత్యః పరమపురుషః స ఏష రుద్రో దేవతా। నమః శివాయేతి బీజమ్ । శివతరాయేతి శక్తిః । మహాదేవాయేతి కీలకమ్ । శ్రీసామ్బసదాశివ ప్రసాద-సిద్ధ్యర్థే జపే వినియోగః ॥

ఓం అగ్నిహోత్రాత్మనే అఙ్గుష్ఠాభ్యాం నమః । దర్శపూర్ణ మాసాత్మనే తర్జనీభ్యాం నమః । చాతుర్మాస్యాత్మనే మధ్యమాభ్యాం నమః । నిరూఢపశుబన్ధాత్మనే అనామికాభ్యాం నమః । జ్యోతిష్టోమాత్మనే కనిష్ఠికాభ్యాం నమః । సర్వక్రత్వాత్మనే కరతలకరపృష్ఠాభ్యాం నమః । అగ్నిహోత్రాత్మనే హృదయాయ నమః । దర్శపూర్ణమాసాత్మనే శిరసే స్వాహా । చాతుర్మాస్యాత్మనే శిఖాయై వషట్ । నిరూఢపశుబన్ధాత్మనే కవచాయ హుమ్ । జ్యోతిష్టోమాత్మనే నేత్రత్రయాయ వౌషట్ । సర్వక్రత్వాత్మనే అస్త్రాయఫట్ । భూర్భువఃసువరోమితి దిగ్బన్ధః ॥

ధ్యానమ్

ఆపాతాళ-నభఃస్థలాన్త-భువన-బ్రహ్మాణ్డమావిస్ఫుర-
జ్జ్యోతిఃస్ఫాటిక-లిఙ్గ-మౌళివిలసత్పూర్ణేన్దువాన్తామృతైః
అస్తోకాప్లుత-మేక-మీశ-మనిశం రుద్రానువాకాఞ్జపన్
ధ్యాయే-దీప్సిత-సిద్ధయే ధ్రువపదం విప్రోఽభిషిఞ్చేచ్ఛివమ్॥
బ్రహ్మాణ్డవ్యాప్తదేహా భసితహిమరుచా భాసమానా భుజఙ్గైః
కణ్ఠేకాలాః కపర్దాకలితశశి కలాశ్చణ్డ కోదణ్డహస్తాః ।
త్ర్యక్షా రుద్రాక్షమాలాః ప్రకటితవిభవాః శామ్భవామూర్తిభేదాః ।
రుద్రాః శ్రీరుద్రసూక్త-ప్రకటితవిభవా నః ప్రయచ్ఛన్తు సౌఖ్యమ్॥

ఓం గణానాం త్వా గణపతిꣳ-హవామహే కవిం కవీనా ముపమశ్రవస్తమమ్ । జ్యేష్ఠరాజం బ్రహ్మణాం బ్రహ్మణస్పత్ ఆ నః శృణ్వన్నూతిభిస్సీద సాదనమ్ ॥ శ్రీమహాగణపతయే నమః ॥

ఓం శం చ మే మయశ్చ మే ప్రియం చ మేఽనుకామశ్చ మే కామశ్చ మే సౌమనసశ్చ మే భద్రం చ మే శ్రేయశ్చ మే వస్యశ్చ మే యశశ్చ మే భగశ్చ మే ద్రవిణం చ మే యన్తా చ మే ధర్తా చ మే క్షేమశ్చ మే ధృతిశ్చ మే విశ్వం చ మే మహశ్చ

మే సంవిచ్చ మే జ్ఞాత్రం చ మే సూశ్చ మే ప్రసూశ్చ మే సీరం చ మే లయశ్చ మ ఋతం చ మేఽమృతం చ మేఽయక్ష్మం చ మేఽనామయచ్చ మే జీవాతుశ్చ మే దీర్ఘాయుత్వం చ మేఽనమిత్రం చ మేఽభయం చ మే సుగం చ మే శయనం చ మే సూషా చ మే సుదినం చ మే ॥ ఓం శాన్తిః శ్శాన్తిః శ్శాన్తిః॥

॥ ఇతి లఘున్యాసః ॥

4. శ్రీరుద్రప్రశ్నః

ప్రథమోఽనువాకః

ఓం నమో భగవతే రుద్రాయ

ఓం నమస్తే రుద్ర మన్యవ ఉతో త ఇషవే నమః । నమస్తే అస్తు ధన్వనే బాహుభ్యాముత తే నమః । యా త ఇషుః శివతమా శివం బభూవ తే ధనుః । శివా శరవ్యా యా తవ తయా నో రుద్ర మృడయ । యా తే రుద్ర శివా తనూరఘోరాఽపాపకాశినీ । తయా నస్తనువా శన్తమయా గిరిశంతాభిచాకశీహి । యామిషుం గిరిశంత హస్తే బిభర్ష్యస్తవే । శివాం గిరిత్ర తాం కురు మా హిꣳసీః పురుషం జగత్ । శివేన వచసా త్వా గిరిశాచ్ఛా వదామసి । యథా నః సర్వమిజ్జగదయక్ష్మꣳ-

సుమనా అసత్। అధ్యవోచదధివక్తా ప్రథమో దైవ్యో భిషక్।
అహీꣳంశ్చ సర్వాఞ్జమ్భయన్త్సర్వాశ్చ యాతుధాన్యః। అసౌ
యస్తామ్రో అరుణ ఉత బభ్రుః సుమఙ్గలః। యే చేమాꣳరుద్రా
అభితో దిక్షు శ్రితాః సహస్రశో ఽవైషాగ్ం-హేడ-ఈమహే।
అసౌయోఽవసర్పతి నీలగ్రీవో విలోహితః। ఉతైనం గోపా
అదృశన్నదృశన్నుదహార్యః। ఉతైనం విశ్వా భూతాని స దృష్టో
మృడయాతి నః। నమో అస్తు నీలగ్రీవాయ సహస్రాక్షాయ
మీఢుషే। అథో యే అస్య సత్త్వానోఽహం తేభ్యోఽక-
రన్నమః। ప్రముఞ్చ ధన్వనస్త్వముభయోరార్త్నియోర్జ్యామ్।
యాశ్చ తే హస్త ఇషవః పరా తా భగవో వప। అవతత్య
ధనుస్త్వꣳ సహస్రాక్ష శతేషుధే। నిశీర్య శల్యానాం ముఖా
శివో నః సుమనాభవ। విజ్యం ధనుః కపర్దినో విశల్యో-
బాణవాꣳఉత। అనేశన్నస్యేషవ ఆభురస్య నిషఙ్గథిః। యా తే
హేతిర్మీఢుష్టమ హస్తే బభూవ తే ధనుః। తయాఽస్మాన్
విశ్వతస్త్వమయక్ష్మయా పరిబ్భుజ। నమస్తే అస్త్వాయుధాయా
నాతతాయ ధృష్ణవే। ఉభాభ్యాముత తే నమో బాహుభ్యాం
తవ ధన్వనే। పరి తే ధన్వనో హేతిరస్మాన్ వృణక్తు విశ్వతః। అథో
య ఇషుధిస్తవారే అస్మన్నిధేహి తమ్॥ 2

నమస్తే అస్తు భగవన్ విశ్వేశ్వరాయ మహాదేవాయ
త్ర్యమ్బకాయ త్రిపురాన్తకాయ త్రికాగ్నికాలాయ కాలాగ్ని
రుద్రాయ నీలకణ్ఠాయ మృత్యుఞ్జయాయ సర్వేశ్వరాయ
సదాశివాయ శ్రీమన్మహాదేవాయ నమః ॥

ద్వితీయోఽనువాకః

నమో హిరణ్యబాహవే సేనాన్యే దిశాం చ పతయే నమో
నమో వృక్షేభ్యో హరికేశేభ్యః పశూనాం పతయే నమో నమః
సస్పిఞ్జరాయ త్విషీమతే పథీనాం పతయే నమో నమో
బభ్లుశాయ వివ్యాధినేఽన్నానాం పతయే నమో నమో
హరికేశాయోపవీతినే పుష్టానాం పతయే నమో నమో భవస్య
హేత్యై జగతాం పతయే నమో నమో రుద్రాయాతతావినే
క్షేత్రాణాం పతయే నమో నమః సూతాయాహన్త్యాయ వనానాం
పతయే నమో నమో రోహితాయ స్థపతయే వృక్షాణాం పతయే
నమో నమో మన్త్రిణే వాణిజాయ కక్షాణాం పతయే నమో
నమో భువన్తయే వారివస్కృతాయౌషధీనాం పతయే నమో
నమ ఉచ్చైర్ఘోషాయాక్రన్దయతే పత్తీనాం పతయే నమో నమః
కృత్స్నవీతాయ ధావతే సత్వనాం పతయే నమః ॥ 2

తృతీయోఽనువాకః

నమః సహమానాయ నివ్యాధిన ఆవ్యాధినీనాం పతయే నమో నమః కకుభాయ నిషఙ్గిణే స్తేనానాం పతయే నమో నమో నిషఙ్గిణ ఇషుధిమతే తస్కరాణాం పతయే నమో నమో వఞ్చతే పరివఞ్చతే స్తాయూనాం పతయే నమో నమో నిచేరవే పరిచరాయారణ్యానాం పతయే నమో నమః సృకావిభ్యో జిఘాꣳసద్భ్యో ముష్ణతాం పతయే నమో నమోఽసిమద్భ్యో నక్తంచరద్భ్యః ప్రకృన్తానాం పతయే నమో నమ ఉష్ణీషిణే గిరిచరాయ కులుఞ్చానాం పతయే నమో నమ ఇషుమద్భ్యో ధన్వావిభ్యశ్చ వో నమో నమ ఆతన్వానేభ్యః ప్రతిదధానేభ్యశ్చ వో నమో నమ ఆయచ్ఛద్భ్యో విసృజద్భ్యశ్చ వో నమో నమోఽస్యద్భ్యో విధ్యద్భ్యశ్చ వో నమో నమ ఆసీనేభ్య శ్శయానేభ్యశ్చవో నమో నమః శ్వపద్భ్యో జాగ్రద్భ్యశ్చ వో నమో నమస్తిష్ఠద్భ్యో ధావద్భ్యశ్చ వో నమో నమః సభాభ్యః సభాపతిభ్యశ్చ వో నమో నమో అశ్వేభ్యోఽశ్వపతిభ్యశ్చ వో నమః॥ 3

చతుర్థోఽనువాకః

నమ ఆవ్యాధినీభ్యో వివిధ్యన్తీభ్యశ్చ వో నమో నమ
ఉగణాభ్యస్తృంహతీభ్యశ్చ వో నమో నమో గృత్సేభ్యో
గృత్సపతిభ్యశ్చ వో నమో నమో వ్రాతేభ్యో వ్రాతపతిభ్యశ్చ వో
నమో నమో గణేభ్యో గణపతిభ్యశ్చ వో నమో నమో విరూపేభ్యో
విశ్వరూపేభ్యశ్చ వో నమో నమో మహద్భ్యః క్షుల్లకేభ్యశ్చ వో
నమో నమో రథిభ్యోఽరథేభ్యశ్చ వో నమో నమో రథేభ్యో
రథపతిభ్యశ్చ వో నమో నమః సేనాభ్యః సేనానిభ్యశ్చ వో నమో
నమః క్షత్తృభ్యః సంగ్రహీతృభ్యశ్చ వో నమో నమస్తక్షభ్యో
రథకారేభ్యశ్చ వో నమో నమః కులాలేభ్యః కర్మారేభ్యశ్చ వో
నమో నమః పుఞ్జిష్టేభ్యో నిషాదేభ్యశ్చ వో నమో నమ ఇషుకృద్భ్యో
ధన్వకృద్భ్యశ్చ వో నమో నమో మృగయుభ్యః శ్వనిభ్యశ్చ
వో నమో నమ శ్వభ్య శ్వపతిభ్యశ్చ వో నమః ॥ 4

పఞ్చమోఽనువాకః

నమో భవాయ చ రుద్రాయ చ నమః శర్వాయ చ
పశుపతయే చ నమో నీలగ్రీవాయ చ శితికణ్ఠాయ చ నమః
కపర్దినే చ వ్యుప్తకేశాయ చ నమః సహస్రాక్షాయ చ శతధన్వనే
చ నమో గిరిశాయ చ శిపివిష్టాయ చ నమో మీఢుష్టమాయ

చేషుమతే చ నమో హ్రస్వాయ చ వామనాయ చ నమో
బృహతే చ వర్షీయసే చ నమో వృద్ధాయ చ సంవృధ్వనే చ
నమో అగ్రియాయ చ ప్రథమాయ చ నమ ఆశవే చాజిరాయ
చ నమః శీఘ్రియాయ చ శీభ్యాయ చ నమ ఊర్మ్యాయ
చావస్వన్యాయ చ నమః స్రోతస్యాయ చ ద్వీప్యాయ చ॥ 5

షష్ఠోఽనువాకః

నమో జ్యేష్ఠాయ చ కనిష్ఠాయ చ నమః పూర్వజాయ
చాపరజాయ చ నమో మధ్యమాయ చాపగల్భాయ చ నమో
జఘన్యాయ చ బుధ్నియాయ చ నమః సోభ్యాయ చ
ప్రతిసర్యాయ చ నమో యామ్యాయ చ క్షేమ్యాయ చ నమ
ఉర్వర్యాయ చ ఖల్యాయ చ నమః శ్లోక్యాయ చావసాన్యాయ
చ నమో వన్యాయ చ కక్ష్యాయ చ నమః శ్రవాయ చ ప్రతిశ్రవాయ
చ నమ ఆశుషేణాయ చాశురథాయ చ నమః శూరాయ
చావభిన్దతే చ నమో వర్మిణే చ వరూథినే చ నమో బిల్మినే చ
కవచినే చ నమః శ్రుతాయ చ శ్రుతసేనాయ చ ॥ 6

సప్తమోఽనువాకః

నమో దున్దుభ్యాయ చాహనన్యాయ చ నమో ధృష్ణవే

చ ప్రమృశాయ చ నమో దూతాయ చ ప్రహితాయ చ నమో నిషఙ్గిణే చేషుధిమతే చ నమస్తీక్ష్ణేషవే చాయుధినే చ నమః స్వాయుధాయ చ సుధన్వనే చ నమః స్రుత్యాయ చ పథ్యాయ చ నమః కాట్యాయ చ నీప్యాయ చ నమః సూద్యాయ చ సరస్యాయ చ నమో నాద్యాయ చ వైశన్తాయ చ నమః కూప్యాయ చావట్యాయ చ నమో వర్ష్యాయ చావర్ష్యాయ చ నమో మేఘ్యాయ చ విద్యుత్యాయ చ నమ ఈధ్రియాయ చాతప్యాయ చ నమో వాత్యాయ చ రేష్మియాయ చ నమో వాస్తవ్యాయ చ వాస్తుపాయ చ ॥ 7

అష్టమోఽనువాకః

ఓం నమస్సోమాయ చ రుద్రాయ చ నమస్తామ్రాయ చారుణాయ చ నమః శంగాయ చ పశుపతయే చ నమ ఉగ్రాయ చ భీమాయ చ నమో అగ్రేవధాయ చ దూరేవధాయ చ నమో హన్త్రే చ హనీయసే చ నమో వృక్షేభ్యో హరికేశేభ్యో నమస్తారాయ నమశ్శంభవే చ మయోభవే చ నమ శ్శఙ్కరాయ చ మయస్క రాయ చ నమః శివాయ చ శివతరాయ చ నమస్తీర్థ్యాయ చ కూల్యాయ చ నమః పార్యాయ చావార్యాయ చ నమః ప్రతరణాయ చోత్తరణాయ చ నమ ఆతార్యాయ

చాలాద్యా॑య చ నమ॒ః శష్ప్యా॑య చ ఫేన్యా॑య చ నమ॑ః
సిక॒త్యా॑య చ ప్రవా॒హ్యా॑య చ ॥ 8

నవమో॰ఽనువాకః

నమ॑ ఇరి॒ణ్యా॑య చ ప్రప॒థ్యా॑య చ॒ నమ॑ః కి౼శి॒లాయ॑
చ॒ క్షయ॑ణాయ చ॒ నమ॑ః కప॒ర్దినే॑ చ పుల॒స్తయే॑ చ॒ నమో॒ గోష్ఠ్యా॑య
చ॒ గృహ్యా॑య చ॒ నమ॒స్తల్ప్యా॑య చ॒ గేహ్యా॑య చ॒ నమ॑ః కా॒ట్యా॑య
చ గహ్వరే॒ష్ఠాయ॑ చ॒ నమో॑ హ్రద॒య్యా॑య చ నివే॒ష్ప్యా॑య చ॒
నమ॑ః పా౼స॒వ్యా॑య చ రజ॒స్యా॑య చ॒ నమ॒ః శుష్క్యా॑య చ
హరి॒త్యా॑య చ॒ నమో॒ లోప్యా॑య చోల॒ప్యా॑య చ॒ నమ॑
ఊ॒ర్వ్యా॑య చ సూ॒ర్మ్యా॑య చ॒ నమ॑ః ప॒ర్ణ్యా॑య చ పర్ణశ॒ద్యా॑య
చ॒ నమో॑ఽపగు॒రమా॑ణాయ చాభిఘ్నతే చ॒ నమ॑ ఆఖ్ఖిద॒తే
చ॑ ప్రఖ్ఖిద॒తే చ॒ నమో॑ వః కిరి॒కేభ్యో॑ దే॒వానా॒౼హృద॑యేభ్యో॒
నమో॑ విక్షీణ॒కేభ్యో॒ నమో॑ విచిన్వ॒త్కేభ్యో॒ నమ॑ ఆనిర్హ॒తేభ్యో॒
నమ॑ ఆమీవ॒త్కేభ్యః॑ ॥ 9

దశమో॰ఽనువాకః

ద్రాపే॒ అన్ధ॑సస్పతే॒ దరి॑ద్ర॒న్నీల॑లోహిత । ఏ॒షాం పురు॑షా
ణామే॒షాం ప॑శూ॒నాం మా భేర్మాఽరో॒ మో ఏ॑షా॒ం కిం చ॒
నామ॑మత్ । యా తే॑ రుద్ర శి॒వా త॒నూః శి॒వా వి॒శ్వాహ॑భేషజీ ।

శివా రుద్రస్య భేషజీ తయా నో మృడజీవసే । ఇమాꣳ రుద్రాయ తవసే కపర్దినే క్షయద్వీరాయ ప్రభరామహే మతిమ్ । యథా న శ్శమసద్ ద్విపదే చతుష్పదే విశ్వం పుష్టం గ్రామే అస్మిన్ననాతురమ్ । మృడా నో రుద్రోత నో మయస్కృధి క్షయద్వీరాయ నమసా విధేమ తే । యచ్ఛం చ యోశ్చ మనురాయజే పితా తదశ్యామ తవ రుద్రప్రణీతౌ । మా నో మహాన్తముత మా నో అర్భకం మా న ఉక్షన్తముత మా న ఉక్షితమ్ । మా నోఽవధీః పితరం మోత మాతరం ప్రియా మా నస్తనువో రుద్ర రీరిషః । మా నస్తోకే తనయే మా న ఆయుషి మానో గోషు మా నో అశ్వేషు రీరిషః । వీరాన్మానో రుద్ర భామితోఽవధీర్హవిష్మన్తో నమసా విధేమ తే । ఆరాత్తే గోఘ్న ఉత పురుషఘ్నే క్షయద్వీరాయ సుమ్నమస్మే తే అస్తు । రక్షా చ నో అధి చ దేవ బ్రూహ్యథా చ నః శర్మ యచ్ఛ ద్విబర్హాః । స్తుహి శ్రుతం గర్తసదం యువానం మృగన్నభీమముపహత్నుముగ్రమ్ । మృడాజరిత్రే రుద్ర స్తవానో అన్యన్తే అస్మన్నివపన్తు సేనాః । పరిణో రుద్రస్య హేతిర్వృణక్తు పరి త్వేషస్య దుర్మతిరఘాయోః । అవ స్థిరా మఘవద్భ్యస్తనుష్వ మీఢ్వస్తోకాయ తనయాయ మృడయ । మీఢుష్టమ శివతమ

శివో నః సుమనా భవ। పరమే వృక్ష ఆయుధన్నిధాయ కృత్తిం వసాన ఆచర పినాకం బిభ్రదాగహి । వికిరిద విలోహిత నమస్తే అస్తు భగవః । యాస్తే సహస్రꣳహేతయోఽన్య మస్మన్నివపన్తు తాః। సహస్రాణి సహస్రధా బాహువోస్తవ హేతయః । తాసామీశానో భగవః పరాచీనా ముఖా కృధి ॥ 10

ఏకాదశోఽనువాకః

సహస్రాణి సహస్రశో యే రుద్రా అధి భూమ్యామ్ । తేషాꣳ-సహస్రయోజనేఽవధన్వాని తన్మసి । అస్మిన్ మహత్యర్ణవేఽన్తరిక్షే భవా అధి । నీలగ్రీవా శ్శితికణ్ఠాః శర్వా అధః క్షమాచరాః। నీలగ్రీవాః శితికణ్ఠా దివꣳ-రుద్రా ఉపశ్రితాః। యే వృక్షేషు సస్పిఞ్జరా నీలగ్రీవా విలోహితాః । యే భూతానామధిపతయో విశిఖాసః కపర్దినః । యే అన్నేషు వివిధ్యన్తి పాత్రేషు పిబతో జనాన్ । యే పథాం పథిరక్షయ ఐలబృదా యవ్యుధః । యే తీర్థాని ప్రచరన్తి సృకావన్తో నిషంగిణః। య ఏతావన్తశ్చ భూయాꣳసశ్చ దిశో రుద్రా వితస్థిరే। తేషాꣳ-సహస్రయోజనేఽవధన్వాని తన్మసి। నమో రుద్రేభ్యో యే పృథివ్యాం యేఽన్తరిక్షే యే దివి యేషామన్నం వాతో వర్షమిషవస్తేభ్యో దశ ప్రాచీర్దశ దక్షిణా దశప్రతీచీర్దశోదీ

చీర్దశోర్ధ్వాస్తేభ్యో నమస్తే నో మృడయన్తు తే యం ద్విష్మో
యశ్చ నో ద్వేష్టి తం వో జమ్భే దధామి ॥ 11

త్ర్యమ్బకం యజామహే సుగన్ధిం పుష్టివర్ధనమ్ ।
ఉర్వారుకమివ బన్ధనాన్మృత్యోర్ముక్షీయ మాఽమృతాత్ । యో
రుద్రో అగ్నౌ యో అప్సు య ఓషధీషు యో రుద్రో విశ్వా
భువనా వివేశ తస్మై రుద్రాయ నమో అస్తు । తము ష్టుహి
యః స్విషుః సుధన్వా యో విశ్వస్య క్షయతి భేషజస్య ।
యక్ష్వామహే సౌమనసాయ రుద్రం నమోభిర్దేవమసురం
దువస్య। అయం మే హస్తో భగవానయం మే భగవత్తరః ।
అయం మే విశ్వభేషజోఽయం శివాభిమర్శనః । యే తే
సహస్రమయుతం పాశా మృత్యో మర్త్యాయ హన్తవే । తాన్యజ్ఞస్య
మాయయా సర్వానవ యజామహే । మృత్యవే స్వాహా
మృత్యవే స్వాహా । ఓం నమో భగవతే రుద్రాయ విష్ణవే మృత్యుర్మే
పాహి ॥ ప్రాణానాం గ్రన్థిరసి రుద్రో మా విశాన్తకః । తేనాన్నేనా
ప్యాయస్వ ॥ నమో రుద్రాయ విష్ణవే మృత్యుర్మే పాహి ।
(సదాశివోమ్।) ఓం శాన్తిః శాన్తిః శ్శాన్తిః ।

5. చమకప్రశ్నః

ప్రథమోఽనువాకః

ఓం అగ్నావిష్ణూ సజోషసేమా వర్ధన్తు వాం గిరః। ద్యుమ్నైర్వాజేభిరాగతమ్ । వాజశ్చ మే ప్రసవశ్చ మే ప్రయతిశ్చ మే ప్రసితిశ్చ మే ధీతిశ్చ మే క్రతుశ్చ మే స్వరశ్చ మే శ్లోకశ్చ మే శ్రావశ్చ మే శ్రుతిశ్చ మే జ్యోతిశ్చ మే సువశ్చ మే ప్రాణశ్చ మేఽపానశ్చ మే వ్యానశ్చ మేఽసుశ్చ మే చిత్తం చ మ ఆధీతం చ మే వాక్చ మే మనశ్చ మే చక్షుశ్చ మే శ్రోత్రం చ మే దక్షశ్చ మే బలం చ మ ఓజశ్చ మే సహశ్చ మ ఆయుశ్చ మే జరా చ మ ఆత్మా చ మే తనూశ్చ మే శర్మ చ మే వర్మ చ మేఽఙ్గాని చ మేఽస్థాని చ మే పరూꣳషి చ మే శరీరాణి చ మే ॥ 1

ద్వితీయోఽనువాకః

జ్యైష్ఠ్యం చ మ ఆధిపత్యం చ మే మన్యుశ్చ మే భామశ్చ మేఽమశ్చ మేఽమ్భశ్చ మే జేమా చ మే మహిమా చ మే వరిమా చ మే ప్రథిమా చ మే వర్ష్మా చ మే ద్రాఘుయా చ మే వృద్ధం చ మే వృద్ధిశ్చ మే సత్యం చ మే శ్రద్ధా చ మే జగచ్చ మే

ధనం చ మే వశశ్చ మే త్విషిశ్చ మే క్రీడాచ మే మోదశ్చ మే
జాతం చ మే జనిష్యమాణం చ మే సూక్తం చ మే సుకృతం
చ మే విత్తం చ మే వేద్యం చ మే భూతం చ మే భవిష్యచ్చ మే
సుగం చ మే సుపథం చ మ బుద్ధం చ మ బుద్ధిశ్చ మే క్లృప్తం
చ మే క్లృప్తిశ్చ మే మతిశ్చ మే సుమతిశ్చ మే ॥ 2

తృతీయోఽనువాకః

శం చ మే మయశ్చ మే ప్రియం చ మేఽనుకామశ్చ
మే కామశ్చ మే సౌమనసశ్చ మే భద్రం చ మే శ్రేయశ్చ
మే వస్యశ్చ మే యశశ్చ మే భగశ్చ మే ద్రవిణం చ మే యన్తా
చ మే ధర్తా చ మే క్షేమశ్చ మే ధృతిశ్చ మే విశ్వం చ మే మహశ్చ
మే సంవిచ్చ మే జ్ఞాత్రం చ మే సూశ్చ మే ప్రసూశ్చ మే సీరం
చ మే లయశ్చ మ ఋతం చ మేఽమృతం చ మేఽయక్ష్మం
చ మేఽనామయచ్చ మే జీవాతుశ్చ మే దీర్ఘాయుత్వం చ
మేఽనమిత్రం చ మేఽభయం చ మే సుగం చ మే శయనం
చ మే సూషా చ మే సుదినం చ మే ॥ 3

చతుర్థోఽనువాకః

ఊర్క్చ మే సూనృతా చ మే పయశ్చ మే రసశ్చ మే
ఘృతం చ మే మధు చ మే సగ్ధిశ్చ మే సపీతిశ్చ మే కృషిశ్చ మే

పృష్టిశ్చ మే క్షైత్రం చ మ ఔద్భిద్యం చ మే రయిశ్చ మే రాయశ్చ మే పుష్టం చ మే పుష్టిశ్చ మే విభు చ మే ప్రభు చ మే బహు చ మే భూయశ్చ మే పూర్ణం చ మే పూర్ణతరం చ మేఽక్షితిశ్చ మే కూయవాశ్చ మేఽన్నం చ మేఽక్షుచ్చ మే వ్రీహయశ్చ మే యవాశ్చ మే మాషాశ్చ మే తిలాశ్చ మే ముద్గాశ్చ మే ఖల్వాశ్చ మే గోధూమాశ్చ మే మసురాశ్చ మే ప్రియంగవశ్చ మేఽణవశ్చ మే శ్యామాకాశ్చ మే నీవారాశ్చ మే ॥ 4

పఞ్చమోఽనువాకః

అశ్మా చ మే మృత్తికా చ మే గిరయశ్చ మే పర్వతాశ్చ మే సికతాశ్చ మే వనస్పతయశ్చ మే హిరణ్యం చ మేఽయశ్చ మే సీసం చ మే త్రపుశ్చ మే శ్యామం చ మే లోహం చ మేఽగ్నిశ్చ మ ఆపశ్చ మే వీరుధశ్చ మ ఓషధయశ్చ మే కృష్టపచ్యం చ మేఽకృష్టపచ్యం చ మే గ్రామ్యాశ్చ మే పశవ ఆరణ్యాశ్చ యజ్ఞేన కల్పన్తాం విత్తం చ మే విత్తిశ్చ మే భూతం చ మే భూతిశ్చ మే వసు చ మే వసతిశ్చ మే కర్మ చ మే శక్తిశ్చ మేఽర్థశ్చ మ ఏమశ్చ మ ఇతిశ్చ మే గతిశ్చ మే ॥ 5

షష్ఠో௨నువాకః

అగ్నిశ్చ మ ఇన్ద్రశ్చ మే సోమశ్చ మ ఇన్ద్రశ్చ మే సవితా చ మ ఇన్ద్రశ్చ మే సరస్వతీ చ మ ఇన్ద్రశ్చ మే పూషా చ మ ఇన్ద్రశ్చ మే బృహస్పతిశ్చ మ ఇన్ద్రశ్చ మే మిత్రశ్చ మ ఇన్ద్రశ్చ మే వరుణశ్చ మ ఇన్ద్రశ్చ మే త్వష్టా చ మ ఇన్ద్రశ్చ మే ధాతా చ మ ఇన్ద్రశ్చ మే విష్ణుశ్చ మ ఇన్ద్రశ్చ మే௨శ్వినౌ చ మ ఇన్ద్రశ్చ మే మరుతశ్చ మ ఇన్ద్రశ్చ మే విశ్వే చ మే దేవా ఇన్ద్రశ్చ మే పృథివీ చ మ ఇన్ద్రశ్చ మే௨న్తరిక్షం చ మ ఇన్ద్రశ్చ మే ద్యౌశ్చ మ ఇన్ద్రశ్చ మే దిశశ్చ మ ఇన్ద్రశ్చ మే మూర్ధా చ మ ఇన్ద్రశ్చ మే ప్రజాపతిశ్చ మ ఇన్ద్రశ్చ మే ॥ 6

సప్తమో௨నువాకః

అꣳశుశ్చ మే రశ్మిశ్చ మే௨దాభ్యశ్చ మే௨ధిపతిశ్చ మ ఉపాꣳశుశ్చ మే௨న్తర్యామశ్చ మ ఐన్ద్రవాయవశ్చ మే మైత్రావరుణశ్చ మ ఆశ్వినశ్చ మే ప్రతిప్రస్థానశ్చ మే శుక్రశ్చ మే మన్థీ చ మ ఆగ్రయణశ్చ మే వైశ్వదేవశ్చ మే ధ్రువశ్చ మే వైశ్వానరశ్చ మ ఋతుగ్రహాశ్చ మే௨తిగ్రాహ్యాశ్చ మ ఐన్ద్రాగ్నశ్చ మే వైశ్వదేవశ్చ మే మరుత్వతీయాశ్చ మే మాహేన్ద్రశ్చ మ

ఆదిత్యశ్చ మే సావిత్రశ్చ మే సారస్వతశ్చ మే పౌష్ణశ్చ మే
పాత్నీవతశ్చ మే హారియోజనశ్చ మే ॥ 7

అష్టమోఽనువాకః

ఇధ్మశ్చ మే బర్హిశ్చ మే వేదిశ్చ మే ధిష్ణియాశ్చ మే స్రుచశ్చ మే చమసాశ్చ మే గ్రావాణశ్చ మే స్వరవశ్చ మ ఉపరవాశ్చ మేఽధిషవణే చ మే ద్రోణకలశశ్చ మే వాయవ్యాని చ మే పూతభృచ్చ మ ఆధవనీయశ్చ మ ఆగ్నీధ్రం చ మే హవిర్ధానం చ మే గృహాశ్చ మే సదశ్చ మే పురోడాశాశ్చ మే పచతాశ్చ మేఽవభృథశ్చ మే స్వగాకారశ్చ మే ॥ 8

నవమోఽనువాకః

అగ్నిశ్చ మే ఘర్మశ్చ మేఽర్కశ్చ మే సూర్యశ్చ మే ప్రాణశ్చ మేఽశ్వమేధశ్చ మే పృథివీ చ మేఽదితిశ్చ మే దితిశ్చ మే ద్యౌశ్చ మే శక్వరీరంగులయో దిశశ్చ మే యజ్ఞేన కల్పన్తామృక్చ మే సామ చ మే స్తోమశ్చ మే యజుశ్చ మే దీక్షా చ మే తపశ్చ మ ఋతుశ్చ మే వ్రతం చ మేఽహోరాత్రయోర్వృష్ట్యా బృహద్రథన్తరే చ మే యజ్ఞేన కల్పేతామ్ ॥ 9

దశమోఽనువాకః

గర్భాశ్చ మే వత్సాశ్చ మే త్ర్యవిశ్చ మే త్ర్యవీచ మే దిత్యవాట్ చ మే దిత్యౌహీ చ మే పఞ్చావిశ్చ మే పఞ్చావీ చ మే త్రివత్సశ్చ మే త్రివత్సా చ మే తుర్యవాట్ చ మే తుర్యౌహీ చ మే పష్ఠవాట్ చ మే పష్ఠౌహీ చ మ ఉక్షా చ మే వశా చ మ ఋషభశ్చ మే వేహచ్చ మేఽనడ్వాఞ్చ మే ధేనుశ్చ మ ఆయుర్యజ్ఞేన కల్పతాం ప్రాణో యజ్ఞేన కల్పతామపానో యజ్ఞేన కల్పతాం వ్యానో యజ్ఞేన కల్పతాం చక్షుర్యజ్ఞేన కల్పతాꣳ శ్రోత్రం యజ్ఞేన కల్పతాం మనో యజ్ఞేన కల్పతాం వాగ్యజ్ఞేన కల్పతా-మాత్మా యజ్ఞేన కల్పతాం యజ్ఞో యజ్ఞేన కల్పతామ్ ॥ 10

ఏకాదశోఽనువాకః

ఏకా చ మే తిస్రశ్చ మే పఞ్చ చ మే సప్త చ మే నవ చ మ ఏకాదశ చ మే త్రయోదశ చ మే పఞ్చదశ చ మే సప్తదశ చ మే నవదశ చ మ ఏకవిꣳశతిశ్చ మే త్రయో విꣳశతిశ్చ మే పఞ్చవిꣳశతిశ్చ మే సప్తవిꣳశతిశ్చ మే నవవిꣳశతిశ్చ మ ఏకత్రిꣳశచ్చ మే త్రయస్త్రిꣳశచ్చ మే చతస్రశ్చ మేఽష్టౌ చ మే ద్వాదశ చ మే షోడశ చ మే విꣳశతిశ్చ మే చతుర్విꣳ శతిశ్చ మేఽష్టావిꣳశతిశ్చ మే ద్వాత్రిꣳశచ్చ మే షట్త్రిꣳశచ్చ మే

చత్వారి౨ంశచ్చ మే చతుశ్చత్వారి౨ంశచ్చ మేఽష్టాచత్వారి౨ంశచ్చ మే వాజశ్చ ప్రసవశ్చాపిజశ్చ క్రతుశ్చసువశ్చ మూర్ధా చ వ్యశ్నియశ్చాన్త్యాయనశ్చాన్త్యశ్చ భౌవనశ్చ భువనశ్చాధి-పతిశ్చ ॥ 11

ఇడాదేవహూర్మనుర్యజ్ఞనీర్బృహస్పతిరుక్థామదాని శ౨సిషద్విశ్వేదేవాః సూక్తవాచః పృథివి మాతర్మా మా హి౨సీర్మధుమనిష్యే మధు జనిష్యే మధు వక్ష్యామి మధు వదిష్యామి మధుమతీం దేవేభ్యోవాచముద్యాస౨-శుశ్రూషేణ్యాం-మనుష్యేభ్యస్తం మా దేవా అవన్తు శోభాయై పితరోఽనుమదన్తు॥ ఓం శాన్తిః శాన్తిః శాన్తిః

6. పురుషసూక్తమ్

ఓం సహస్రశీర్షా పురుషః। సహస్రాక్ష స్సహస్రపాత్। సభూమిం విశ్వతో వృత్వా। అత్యతిష్ఠద్దశాఙ్గులమ్। పురుష ఏవేద౨సర్వమ్ । యద్భూతం యచ్చభవ్యమ్ ।ఉతా మృతత్వస్యేశానః । యదన్నేనాతిరోహతి । ఏతావానస్య మహిమా। అతో జ్యాయా౨శ్చ పూరుషః ॥ 1

పాదోఽస్య విశ్వా భూతాని । త్రిపాదస్యామృతం దివి।
త్రిపాదూర్ధ్వ ఉదైత్పురుషః।పాదోఽస్యేహాఽభవాత్పునః।
తతో విష్వఙ్వ్యక్రామత్ । సాశనానశనే అభి। తస్మాద్విరాడజా
యత। విరాజో అధి పూరుషః । స జాతో అత్యరిచ్యత । పశ్చాద్
భూమిమథో పురః ॥ 2

యత్పురుషేణ హవిషా । దేవా యజ్ఞమతన్వత । వసన్తో
అస్యాసీదాజ్యమ్ । గ్రీష్మఇధ్మశ్శరద్ధవిః । సప్తాస్యాసన్పరిధయః ।
త్రి స్సప్త సమిధః కృతాః । దేవా యద్యజ్ఞం తన్వానాః ।
అబధ్నన్పురుషం పశుమ్ । తం యజ్ఞం బర్హిషి ప్రౌక్షన్ । పురుషం
జాతమగ్రతః ॥ 3

తేన దేవా అయజన్త । సాధ్యా ఋషయశ్చ యే । తస్మా
ద్యజ్ఞాత్సర్వహుతః । సంభృతం పృషదాజ్యమ్ । పశూꣳస్తాꣳశ్చ
క్రేవాయవ్యాన్ । ఆరణ్యాన్గ్రామ్యాశ్చ యే । తస్మాద్యజ్ఞా-
త్సర్వహుతః । ఋచః సామాని జజ్ఞిరే । ఛన్దాꣳసి జజ్ఞిరే
తస్మాత్। యజుస్తస్మాదజాయత॥ 4

తస్మాదశ్వా అజాయన్త। యే కే చోభయాదతః। గావో హ
జజ్ఞిరేతస్మాత్ । తస్మాజ్జాతా అజావయః । యత్పురుషం వ్యదధుః।

కతిధా వ్యకల్పయన్ । ముఖం కిమస్య కౌబాహూ। కావూరు
పాదావుచ్యేతే। బ్రాహ్మణోఽస్యముఖమాసీత్ । బాహూ
రాజన్యః కృతః ॥ 5

ఊరూ తదస్య యద్వైశ్యః । పద్భ్యాగ్ం శూద్రో అజాయత।
చన్ద్రమా మనసో జాతః । చక్షోః సూర్యో అజాయత।
ముఖాదిన్ద్రశ్చాగ్నిశ్చ । ప్రాణాద్వాయు-రజాయత । నాభ్యా
ఆసీదన్తరిక్షమ్ । శీర్ష్ణో ద్యౌః సమవర్తత । పద్భ్యాం భూమిర్దిశ
శ్రోత్రాత్ । తథాలోకాగ్ం అకల్పయన్ ॥ 6

వేదాహమేతం పురుషం మహాన్తమ్ । ఆదిత్యవర్ణం
తమసస్తుపారే । సర్వాణిరూపాణి విచిత్య ధీరః । నామాని
కృత్వాఽభివదన్, యదాస్తే । ధాతా పురస్తాద్యముదాజహార।
శక్రః ప్రవిద్వాన్ప్రదిశశ్చతస్రః । తమేవం విద్వానమృత
ఇహభవతి। నాన్యః పన్థా అయనాయ విద్యతే। యజ్ఞేన
యజ్ఞమయజన్త దేవాః । తాని ధర్మాణి ప్రథమాన్యాసన్।
తేహ నాకం మహిమానః సచన్తే । యత్ర పూర్వే సాధ్యాః సన్తి
దేవాః॥ 7

అద్భ్యః స్సంభూతఃపృథివ్యై రసాచ్చ । విశ్వకర్మణః సమవర్తతాధి । తస్య త్వష్టా విదధద్రూపమేతి । తత్పురుషస్య విశ్వమాజానమగ్రే । వేదాహమేతం పురుషం మహాన్తమ్ । ఆదిత్యవర్ణం తమసః పరస్తాత్ । తమేవం విద్వానమృత ఇహ భవతి। నాన్యః పన్థా విద్యతేఽయనాయ । ప్రజాపతిశ్చరతి గర్భే అన్తః। అజాయమానో బహుధా విజాయతే ॥ 8

తస్య ధీరాః పరిజానన్తి యోనిమ్ । మరీచీనాం పదమిచ్ఛన్తి వేధసః। యో దేవేభ్య ఆతపతి। యో దేవానాం పురోహితః। పూర్వో యో దేవేభ్యో జాతః। నమో రుచాయ బ్రాహ్మయే । రుచం బ్రాహ్మం జనయన్తః। దేవా అగ్రే తదబ్రువన్। యస్త్వైవం బ్రాహ్మణో విద్యాత్। తస్య దేవా అసన్ వశే ॥ 9

హ్రీశ్చ తే లక్ష్మీశ్చ పత్న్యౌ । అహోరాత్రే పార్శ్వే । నక్షత్రాణి రూపమ్ । అశ్వినౌ వ్యాత్తమ్ । ఇష్టం మనిషాణ । అముం మనిషాణ । సర్వం మనిషాణ ॥ 10

॥ఓం శాన్తిః శాన్తిః శాన్తిః॥

7. నారాయణసూక్తమ్

సహస్రశీర్షం దేవం విశ్వాక్షం విశ్వశంభువమ్ ।
విశ్వంనారాయణం దేవమక్షరం పరమం పదమ్ । విశ్వతః
పరమాన్నిత్యం విశ్వం నారాయణꣳహరిమ్ । విశ్వమేవేదం
పురుషస్త-ద్విశ్వముపజీవతి । పతిం విశ్వస్యాత్మేశ్వరꣳ
శాశ్వతꣳశివమచ్యుతమ్ । నారాయణం మహాజ్ఞేయం
విశ్వాత్మానం పరాయణమ్ । నారాయణపరో జ్యోతిరాత్మా
నారాయణః పరః । నారాయణపరం బ్రహ్మ తత్త్వం
నారాయణః పరః । నారాయణపరో ధ్యాతా ధ్యానం నారాయణః
పరః । యచ్చ కించిజ్జగత్సర్వం దృశ్యతే శ్రూయతేఽపి వా॥
అన్తర్బహిశ్చ తత్సర్వం వ్యాప్య నారాయణః స్థితః ।
అనన్తమవ్యయం కవిꣳసముద్రేఽన్తం విశ్వశంభువమ్ ।
పద్మకోశప్రతీకాశꣳ హృదయం చాప్యధోముఖమ్ । అధోనిష్ట్యా
వితస్యాన్తే నాభ్యాముపరి తిష్ఠతి । జ్వాలమాలాకులం
భాతీ విశ్వస్యాయతనం మహత్। సన్తతꣳ శిలాభిస్తు
లమ్బత్యాకోశసన్నిభమ్। తస్యాన్తే సుషిరꣳసూక్ష్మం
తస్మిన్త్సర్వం ప్రతిష్ఠితమ్ । తస్య మధ్యే మహానగ్నిర్విశ్వార్చి
ర్విశ్వతోముఖః । సోఽగ్రభుగ్విభజన్తిష్ఠన్నాహారమజరꣳకవిః।

తిర్యగూర్ధ్వమధశ్శాయీ రశ్మయస్తస్య సన్తతా । సన్తాపయతి స్వం దేహమాపాదతలమస్తకః । తస్య మధ్యే వహ్నిశిఖా అణీయోర్ధ్వా వ్యవస్థితః । నీలతోయద-మధ్యస్థా-ద్విద్యుల్లేఖేవ భాస్వరా । నీవారశూకవత్తన్వీ పీతా భాస్వత్యణూపమా । తస్యాః శిఖాయా మధ్యే పరమాత్మా వ్యవస్థితః । స బ్రహ్మ స శివః సహరిః సేన్ద్రస్సోఽక్షరః పరమః స్వరాట్ ॥

ఋతꣳ సత్యం పరం బ్రహ్మ పురుషం కృష్ణపిఙ్గళమ్ । ఊర్ధ్వరేతం విరూపాక్షం విశ్వరూపాయ వై నమో నమః ॥

ఓం నారాయణాయ విద్మహే వాసుదేవాయ ధీమహి । తన్నో విష్ణుః ప్రచోదయాత్ ॥ ఓం శాన్తిః శ్శాన్తిః శ్శాన్తిః ।

8. విష్ణుసూక్తమ్

ఓం విష్ణోర్నుకం వీర్యాణి ప్రవోచం యః పార్థివాని విమమే రజాꣳసి యో అస్కభాయదుత్తరꣳ-సధస్థం విచక్రమాణ స్త్రేధో రుగాయో విష్ణో రరాటమసి విష్ణోః పృష్ఠమసి విష్ణోః శ్నప్త్రేస్థో విష్ణో స్స్యూరసి విష్ణోర్ధ్రువమసి వైష్ణవమసి విష్ణవే త్వా ॥

తదస్య ప్రియమభిపాథో అశ్యామ్ । నరో యత్ర

దేవయవోమదన్తి । ఉరుక్రమస్య సహిబన్ధురిత్థా । విష్ణోః పదే పరమే మధ్వ ఉత్సః । ప్రతద్విష్ణుస్స్తవతే వీర్యాయ । వృగో న భీవః కుచరో గిరిష్ఠాః । యస్యోరుషుత్రిషు విక్రమణేషు । అధిక్షియన్తి భువనాని విశ్వా। పరో మాత్రయా తనువా వృధాన । న తే మహిత్వమన్వశ్నువన్తి ।

ఉభేతే విద్మ రజసీ పృథివ్యా విష్ణో దేవత్వమ్ పరమస్య విత్సే । విచక్రమే పృథివీ మేష ఏతామ్ । క్షేత్రాయ విష్ణుర్మనుషే దశస్యన్ । ధ్రువాసో అస్య కీరయో జనాసః । ఊరుక్షితిꣳ సుజనిమాచకార । త్రిర్దేవః పృథివీమేష ఏతామ్ । విచక్రమే శతర్చసం మహిత్వా । ప్రవిష్ణురస్తు తవసస్తవీయాన్ । త్వేషꣳహ్యస్య స్థవిరస్య నామ ।

అతో దేవా అవన్తునో యతో విష్ణు-ర్విచక్రమే। పృథివ్యాస్సప్తధామభిః । ఇదం విష్ణుర్విచక్రమే త్రేధా నిదధే పదమ్। సమూఢమస్యపాꣳసురే । త్రీణి పదా విచక్రమే విష్ణుర్గోపా అదాభ్యః । తతో ధర్మాణి ధారయన్। విష్ణోః కర్మాణి పశ్యత యతో వ్రతాని పస్పశే। ఇన్ద్రస్య యుజ్యస్సఖా ।

తద్విష్ణోః పరమం పదꣳ సదా పశ్యన్తి సూరయః।దివీవ

చక్షురాతతమ్ । తద్విప్రాసో విపన్యవో జాగృవాꣳ సస్సమిన్ధతే । విష్ణోర్యత్పరమం పదమ్ ॥

పర్యాప్త్యా అనన్తరాయాయ సర్వస్తోమో౽తి రాత్ర ఉత్తమ మహర్భవతి సర్వస్యాప్త్యై సర్వస్య-జిత్యై సర్వమేవ తేనాప్నోతి సర్వం జయతి ॥ ఓం శాన్తిః శాన్తిః శాన్తిః ॥

9. శ్రీసూక్తమ్

ఓం ॥ హిరణ్యవర్ణాం హరిణీం సువర్ణరజతస్రజామ్ । చన్ద్రాం హిరణ్మయీం లక్ష్మీం జాతవేదో మ ఆవహ ॥ తాం మ ఆవహ జాతవేదో లక్ష్మీమనపగామినీమ్ । యస్యాం హిరణ్యం విన్దేయం గామశ్వంపురుషానహమ్ ॥ అశ్వపూర్వాం రథమధ్యాం హస్తినాదప్రబోధినీమ్ । శ్రియం దేవీముపహ్వయే శ్రీర్మా దేవీర్జుషతామ్ ॥ కాం సోస్మితాం హిరణ్యప్రాకారామార్ద్రాం జ్వలన్తీం తృప్తాంతర్పయన్తీమ్ । పద్మే స్థితాం పద్మవర్ణాం తామిహోపహ్వయే శ్రియమ్ ॥ చన్ద్రాం ప్రభాసాం యశసా జ్వలన్తీం శ్రియం లోకే దేవజుష్టాముదారామ్ । తాం పద్మినీమీం శరణ-మహం ప్రపద్యే౽లక్ష్మీర్మే నశ్యతాం త్వాం వృణే ॥ ఆదిత్యవర్ణే తపసో౽ధిజాతో వనస్పతిస్తవ వృక్షో౽థబిల్వః ।

తస్య ఫలాని తపసా నుదన్తు మాయాన్తరాయాశ్చ-బాహ్యా అలక్ష్మీః ॥ ఉపైతు మాం దేవసఖః కీర్తిశ్చ మణినాసహ । ప్రాదుర్భూతోఽస్మి రాష్ట్రేఽస్మిన్ కీర్తిమృద్ధిం దదాతు మే ॥ క్షుత్పిపాసామలాం జ్యేష్ఠామలక్ష్మీం నాశయామ్యహమ్ । అభూతిమసమృద్ధిం చ సర్వాం నిర్ణుద మే గృహాత్ ॥ గన్ధద్వారాం దురాధర్షాం నిత్యపుష్టాం కరీషిణీమ్ । ఈశ్వరీ సర్వభూతానాం తామిహోపహ్వయే శ్రియమ్ । మనసః కామమాకూతిం వాచః సత్యమశీమహి । పశూనాం రూపమన్నస్య మయి శ్రీః శ్రయతాం యశః ॥ కర్దమేన ప్రజాభూతా మయి సంభవ కర్దమ । శ్రియం వాసయ మే కులేమాతరం పద్మమాలినీమ్ ॥ ఆపః సృజన్తుస్నిగ్ధాని చిక్లీత వస మే గృహే । నిచ దేవీం మాతరꣳ శ్రియం వాసయ మే కులే । ఆర్ద్రాం యః కరిణీం యష్టిం పిఙ్గలాం పద్మమాలినీమ్। చన్ద్రాం హిరణ్మయీం లక్ష్మీం జాతవేదో మ ఆవహ । ఆర్ద్రాం పుష్కరిణీం పుష్టిం సువర్ణాం హేమమాలినీమ్ । సూర్యాం హిరణ్మయీం లక్ష్మీం జాతవేదో మ ఆవహ । తాం మ ఆవహ జాతవేదో లక్ష్మీమనపగామినీమ్ । యస్యాం హిరణ్యం ప్రభూతం గావో దాస్యోఽశ్వాన్విన్దేయం పురుషానహమ్ ॥

యః శుచిః ప్రయతో భూత్వా జుహుయాదాజ్యమన్వహమ్ । శ్రియః పఞ్చదశర్చం చ శ్రీకామః సతతం జపేత్ ।
పద్మాననే పద్మఊరూ పద్మాక్షీ పద్మసంభవే । త్వం మాం భజస్వ పద్మాక్షీ యేన సౌఖ్యం లభామ్యహమ్ । అశ్వదాయీ గోదాయీ ధనదాయీ మహాధనే । ధనం మే జుషతాం దేవి సర్వకామాంశ్చ దేహి మే ॥ పుత్ర పౌత్రధనం ధాన్యం హస్త్యశ్వాదిగవే రథమ్। ప్రజానాం భవసి మాతా ఆయుష్మన్తం కరోతు మామ్॥ ధనమగ్నిర్ధనం వాయుర్ధనం సూర్యో ధనం వసుః । ధనమిన్ద్రో బృహస్పతిర్వరుణం ధనమశ్ను తే ॥ వైనతేయ సోమం పిబ సోమం పిబతు వృత్రహా । సోమం ధనస్య సోమినో మహ్యం దదాతు సోమినః ॥ న క్రోధో న చ మాత్సర్యం న లోభో నాశుభా మతిః। భవన్తి కృతపుణ్యానాం భక్తానాం శ్రీసూక్తం జపేత్సదా॥ వర్షన్తు తే విభావరి-దివో అభ్రస్య విద్యుతః । రోహన్తు సర్వబీజాన్యవ బ్రహ్మ ద్విషో జహి ॥ పద్మప్రియే పద్మినిపద్మహస్తే పద్మాలయే పద్మదళాయతాక్షి। విశ్వప్రియే విష్ణు మనోఽనుకూలే త్వత్పాదపద్మం మయిసన్నిధత్స్వ ॥ యా సా పద్మాసనస్థా విపులకటితటీ పద్మపత్రాయతాక్షీ। గమ్భీరావర్తనాభిః స్తనభర నమితా శుభ్ర వస్త్రోత్తరీయా ॥ లక్ష్మీర్దివ్యై ర్గజేన్ద్రై ర్మణిగణ

ఖచితైస్స్నాపితా హేమకుమ్భైః । నిత్యం సా పద్మహస్తా మమ వసతు గృహే సర్వమాంగల్యయుక్తా॥ లక్ష్మీం క్షీరసముద్ర రాజతనయాం శ్రీరంగధామేశ్వరీమ్ । దాసీభూత సమస్త దేవ వనితాం లోకైక దీపాంకురామ్ । శ్రీమన్మన్దకటాక్షలబ్ధ విభవ బ్రహ్మేన్ద్రగఙ్గాధరాం । త్వాం త్రైలోక్య కుటుమ్బినీం సరసిజాం వన్దే ముకున్దప్రియామ్ ॥

సిద్ధలక్ష్మీర్మోక్షలక్ష్మీర్జయలక్ష్మీస్సరస్వతీ । శ్రీలక్ష్మీ-ర్వరలక్ష్మీశ్చ ప్రసన్నా మమ సర్వదా । వరాంకుశౌ పాశమభీతిముద్రాం కరైర్వహన్తీం కమలాసనస్థామ్ । బాలార్క కోటి ప్రతిభాం త్రిణేత్రాం భజేహమాద్యాం జగదీశ్వరీం త్వామ్ ॥

సర్వమాఙ్గల్య శివే సర్వార్థ సాధికే। శరణ్యే త్ర్యమ్బకే దేవి నారాయణి నమోఽస్తు తే ॥

సరసిజ-నిలయే సరోజహస్తే ధవళతరాంశుక గన్ధమాల్యశోభే । భగవతి హరివల్లభే మనోజ్ఞే త్రిభువనభూతికరి ప్రసీద మహ్యమ్ ।

విష్ణుపత్నీం క్షమాం దేవీం మాధవీం మాధవప్రియామ్। విష్ణోః ప్రియసఖీం దేవీం నమామ్యచ్యుతవల్లభామ్ ॥

మహాలక్ష్మ్యై చ విద్మహే విష్ణుపత్న్యై చ ధీమహి । తన్నో లక్ష్మీః ప్రచోదయాత్ । శ్రీవర్చస్వ-మాయుష్య-మారోగ్య

మావిధాత్ శోభమానం మహీయతే । ధనం ధాన్యం పశుం బహుపుత్రలాభం శతసంవత్సరం దీర్ఘమాయుః । ఋణరోగాది –దారిద్ర్య–పాపక్షుదపమృత్యవః । భయశోకమనస్తాపా నశ్యన్తు మమ సర్వదా ॥

శ్రియే జాతః శ్రియ ఆనిర్యాయ శ్రియం వయో జరితభ్యో దధాతు । శ్రియం వసానా అమృతత్వమాయన్ భజన్తి సద్యాః సమితా విదధ్యూన్ ॥ శ్రియ ఏవైనం తచ్ఛ్రియమాదధాతి । సన్తతవృచావ షట్కృత్యం–సన్ధత్తం సన్ధీయతే ప్రజయా పశుభిః । య ఏవం వేద । ఓం మహాదేవ్యై చ విద్మహే విష్ణుపత్న్యై చ ధీమహి । తన్నో లక్ష్మీః ప్రచోదయాత్ ॥ ఓం శాన్తిః శాన్తిః శాన్తిః॥

10. దుర్గాసూక్తమ్

(తైత్తిరీయారణ్యకమ్ః 4 ప్రపాఠకః 10 అనువాకః 2)

ఓం ॥ జాతవేదసే సునవామ సోమమరాతీయతో నిదహాతి వేదః । స నః పర్షదతి దుర్గాణి విశ్వా నావేవ సిన్ధుం దురితాత్యగ్నిః। తామగ్నివర్ణాం తపసా జ్వలన్తీం వైరోచనీం కర్మఫలేషు జుష్టామ్। దుర్గాం దేవీꣳశరణమహం ప్రపద్యే సుతరసి– తరసే నమః ॥ అగ్నే త్వం పారయా నవ్యో అస్మాన్స్వస్తిభిరతి దుర్గాణివిశ్వా । పూశ్చ

పృథ్వీ బహులా న ఉర్వీ భవా తోకాయ తనయాయ శంయోః॥
విశ్వాని నో దుర్గహా జాతవేదః సిన్ధున్న నావా దురితాతిపర్షి । అగ్నే
అత్రివన్మనసా గృణానోఽస్మాకం బోధ్యవితా తనూనామ్ ॥
పృతనాజితꣳ సహమాన-ముగ్రమగ్నిꣳ హువేమ పరమాత్సధస్థాత్।
స నః పర్షదతిదుర్గాణి విశ్వాక్షామద్దేవో అతి దురితాత్యగ్నిః ॥
ప్రత్నోషిక్రమీడ్యో అధ్వరేషు సనాచ్చ హోతా నవ్యశ్చ సత్సి ।
స్వాఞ్చాఽగ్నే తనువం పిప్రయస్వాస్మభ్యం చ సౌభగమా
యజస్వ ॥ గోభిర్జుష్టమయుజో నిషిక్తం తవేన్ద్ర విష్ణో-
రనుసఞ్చరేమ । నాకస్య పృష్ఠమభిసంవసానో వైష్ణవీం లోక
ఇహ మాదయన్తామ్ ॥

ఓం కాత్యాయనాయ విద్మహే కన్యకుమారి ధీమహి ।
తన్నో దుర్గిః ప్రచోదయాత్ ॥ ఓం శాన్తిః శాన్తిః శాన్తిః ॥

11. రాత్రీసూక్తమ్

ఋగ్వేదసంహితాః మణ్డలమ్ – 10 అష్టకమ్ – 8 సూక్తమ్ –127

ఓం రాత్రీ వ్యఖ్యదాయతీ పురుత్రా దేవ్యఽ1క్షభిః।
విశ్వా అధి శ్రియోఽధిత ॥1॥ ఓర్వప్రా అమర్త్యా నివతో దేవ్యుఽ
1ద్వతః। జ్యోతిషా బాధతే తమః ॥2॥ నిరుస్వసారమస్కృ

తోషసం దేవ్యాయతీ। అపేదు హాసతే తమః॥3॥ సా నో అద్య యస్యా వయం ని తే యామన్నవిక్ష్మహి। వృక్షేన వసతిం వయః॥4॥ ని గ్రామాసో అవిక్షత ని పదవన్తో ని పక్షిణః। ని శ్యేనాస శ్చిదర్థినః॥5॥ యావయా వృక్యఽ1 వృకం యవయస్తేనమూర్మ్యే। అథా నః సుతరా భవ॥6॥ ఉపమాపేపిశత్తమః కృష్ణం వ్యక్తమస్థిత। ఉష ఋణేవ యాతయ॥7॥ ఉప తే గా ఇవాకరం వృణీష్వ దుహిత-ర్దివః రాత్రిస్తోమం న జిగ్యుషే॥8॥

12. దేవీ సూక్తమ్

ఋగ్వేద-సంహితా. మణ్డలమ్-10 అష్టకమ్-8 సూక్తమ్-125

ఓం ॥ అహం రుద్రేభిర్వసుభిశ్చరా మ్యహమాదిత్యైరుత విశ్వదేవైః। అహం మిత్రావరుణోభా బిభర్మ్యహమిన్ద్రాగ్నీ అహమశ్వినోభా ॥1॥ అహం సోమమాహనసం బిభర్మ్యహం త్వష్టారముత పూషణం భగమ్ । అహం దధామి ద్రవిణం హవిష్మతే సుప్రావ్యే ఏ 3 యజమానాయ సున్వతే ॥2॥ అహం రాష్ట్రీ సంగమనీ వసూనాం చికితుషీ ప్రథమా యజ్ఞియానామ్।

తాం మా దేవా వ్యదధుః పురుత్రా భూరిస్థాత్రాం భూర్యా వేశయన్తీమ్॥3॥ మయా సోఽఅన్నమత్తి యో విపశ్యతి యః ప్రాణితి యఈం శృణోత్యుక్తమ్ । అమన్తవోమాన్త ఉపక్షియన్తి శ్రుధిశ్రుత శ్రద్ధివం తే వదామి ॥ 4

అహమేవ స్వయమిదం వదామి జుష్టం దేవేభిరుత మానుషేభిః । యం కామయే తం తముగ్రం కృణోమి తం బ్రహ్మాణం తమృషిం తం సుమేధామ్ ॥5॥ అహం రుద్రాయ ధనురాతనోమి బ్రహ్మద్విషే శరవేహన్త వా ఉ। అహం జనాయ సమదం కృణోమ్యహం ద్యావాపృథివీ ఆవివేశ ॥6॥ అహం సువే పితరమస్య మూర్ధన్ మమ యోనిరప్స్వఽ1న్తః సముద్రే । తతో వితిష్ఠే భువనానువిశ్వోతామూం ద్యాం వర్ష్మణోప స్పృశామి॥7॥ అహమేవ వాతఽఇవ ప్రవామ్యారభమాణా భువనాని విశ్వా । పరో దివా పరఏనా పృథివ్యై తావతీ మహినా సంబభూవ ॥8॥

ఓం శాన్తిః శాన్తిః శాన్తిః॥

13. మేధాసూక్తమ్

ఓం యశ్ఛన్దసా-వృషభో విశ్వరూపః । ఛన్దోభ్యోఽ-ధ్యమృతాథ్సంబభూవ । స మేన్ద్రో మేధయా స్పృణోతు । అమృతస్య దేవధారణో భూయాసమ్ । శరీరం మే విచర్షణమ్। జిహ్వా మే మధుమత్తమా । కర్ణాభ్యాం భూరివిశ్రువమ్ । బ్రహ్మణః కోశోసి మేధయా పిహితః । శ్రుతం మే గోపాయ ।

ఓం శాన్తిః శాన్తిః శాన్తిః ।

ఓం మేధాదేవీ జుషమాణా న ఆగాద్విశ్వాచీ భద్రా సుమనస్య మానా । త్వయా జుష్టా నుదమానా దురుక్తాన్ బృహద్వదేమ విదథే సువీరాః । త్వయా జుష్ట ఋషిర్భవతి దేవి త్వయా బ్రహ్మఽగతశ్రీరుత త్వయా । త్వయా జుష్టశ్చిత్రం విన్దతే వసు సానో జుషస్వ ద్రవిణో న మేధే ॥

మేధాం మ ఇన్ద్రో దదాతు మేధాం దేవీ సరస్వతీ । మేధాం మే అశ్వినావుభావాధత్తాం పుష్కరస్రజా। అప్సరాసు చ యా మేధా గన్ధర్వేషు చ యన్మనః । దైవీ మేధా సరస్వతీ సా మాం మేధా సురభిర్జుషతాగ్ం స్వాహా ॥

ఆమాం మేధా సురభిర్విశ్వరూపా హిరణ్యవర్ణా జగతీ

జిగమ్యా । ఊర్జస్వతీ వయసా పిన్వమానా సామాం మేధా సుప్రతీకా జుషన్తామ్ ॥

మయి మేధాం మయి ప్రజాం మయ్యగ్నిస్తేజో దధాతు మయి మేధాం మయి ప్రజాం మయీన్ద్ర ఇన్ద్రియం దధాతు మయి మేధాం మయి ప్రజాం మయి సూర్యో భ్రాజో దధాతు ॥ ఓం శాన్తిః శ్శాన్తిః శ్శాన్తిః ॥

14. సరస్వతీ సూక్తమ్

ఇయవదదాద్రభసమృణచ్యుతందివోదాసం వధ్ర్యశ్వాయ దాశుషే । యా శశ్వన్తమాచఖదావసం పణింతా తే దాత్రాణి తవిషా సరస్వతీ ॥1॥ ఇయం శుష్మేభిర్బిసఖా ఇవారుజత్సాను గిరీణాం తవిషేభిరూర్మిభిః । పారావతఘ్నీమవసే సువృక్తిభిః సరస్వతీ మా వివాసేమ ధీతిభిః ॥2॥ సరస్వతి దేవనిదో ని బర్హయ ప్రజాం విశ్వస్య బృసయస్య మాయినః। ఉత క్షితిభ్యోఽవనీరవిన్దో విషమేభ్యో అస్రవో వాజినీవతి ॥3 ॥ ప్రణో దేవీ సరస్వతీ వాజేభిర్వాజినీవతీ। ధీనామవిత్ర్యవతు ॥4॥

యస్త్వా దేవి సరస్వత్యుపబ్రూతే ధనే హితే। ఇన్ద్రం న వృత్ర

తూర్యే ॥5॥ త్వం దేవి సరస్వత్యవా వాజేషు వాజిని । రదాపూషేవ నః సనిమ్ ॥6॥ ఉత స్యా నః సరస్వతీ ఘోరా హిరణ్య వర్తనిః । వృత్రఘ్నీ వష్టి సుష్టుతిమ్ ॥7॥ యస్యా అనన్తో అహ్రుతస్త్వేషశ్చ రిష్ణురర్ణవః । అమశ్చరతి రోరువత్ ॥8॥

సా నో విశ్వా అతి ద్విషః స్వసౄర న్యా ఋతావరీ । అతన్నహేవ సూర్యః ॥9॥ ఉత నః ప్రియా ప్రియాసు సప్తస్వసా సుజుష్టా । సర స్వతీ స్తోమ్యా భూత్ ॥10॥ ఆపప్రుషీ పార్థివాన్యురు రజో అన్తరిక్షమ్ । సరస్వతీ నిదస్పాతు ॥11॥ త్రిషధస్థా సప్తధాతుః పఞ్చ జాతా వర్ధయన్తీ । వాజేవాజే హవ్యా భూత్ ॥12॥

ప్ర యా మహిమ్నా మహినాసు చేకితే ద్యుమ్నేభిరన్యా అపసామ పస్తమా । రథ ఇవ బృహతీ విభ్వనే కృతోపస్తుత్యా చికితుషా సరస్వతీ ॥13॥ సరస్వత్యభి నో నేషి వస్యో మాప స్ఫరీః పయసా మా న ఆ ధక్ । జుషస్వ నః సఖ్యావేశ్యా చ మా త్వత్ క్షేత్రాణ్యా రణాని గన్మ ॥14॥ ప్ర క్షోదసా ధాయసా సస్ర ఏషా సరస్వతీ ధరుణ మాయసీ పూః । ప్రబాబధానారథ్యేవ యాతి విశ్వా అపో మహినా సిన్ధురన్యాః॥15॥ ఏకాచేతత్ సరస్వతీ నదీనాం శుచిర్యతీ గిరిభ్య ఆ సముద్రాత్ । రాయశ్చేతన్తీ భువనస్య భూరేర్ఘృతం పయో దుదుహే నాహుషాయ ॥ 16॥

న వాపృధే నర్యో యోషణాసు వృషా శిశుర్వృషభో యజ్ఞియాసు।
స వాజినం మఘవద్భ్యో దధాతి వి సాతయే తన్వం
మామృజీత ॥17॥ ఉత స్యా నః సరస్వతీ జుషాణోప శ్రవత్ సుభగా
యజ్ఞే అస్మిన్ । మితజ్ఞుభిర్నమస్యైరియానా రాయా యుజా చిదుత్తరా
సఖిభ్యః ॥18॥ ఇమా జుహ్వానా యుష్మదా నమోభిః ప్రతి స్తోమం
సరస్వతి జుషస్వ । తవ శర్మన్ ప్రియతమే దధానా ఉప స్థేయామ
శరణం న వృక్షమ్ ॥19॥ అయము తే సరస్వతి వసిష్ఠో
ద్వారావృతస్య సుభగే వ్యావః । వర్ధ శుభ్రే స్తువతే రాసి వాజాన్
యూయం పాత స్వస్తిభిః సదా నః ॥20॥

బృహదు గాయిషే వచోఽసుర్యా నదీనామ్ । సరస్వతీమిన్మ
హయా సువృక్తిభిః స్తోమైర్వసిష్ఠ రోదసీ ॥21॥ ఉభే యత్తే మహినా
శుభ్రే అన్ధసీ అధిక్షియన్తి పూరవః । సా నో బోధ్యవిత్రీ మరుత్సఖా
చోద రాధో మఘోనామ్ ॥22॥ భద్రమిద్ భద్రా కృణవత్
సరస్వత్యకవారీ చేతతి వాజినీవతీ ॥ గృణానా జమదగ్నివత్ స్తువానా
చ వసిష్ఠవత్ ॥23॥ జనీయన్తో న్వగ్రవః పుత్రీయన్తః సుదానవః ।
సరస్వన్తం హవామహే ॥24॥

యే తే సరస్వ ఊర్మయో మధుమన్తో ఘృతశ్చుతః । తేభిర్నోఽవి
తా భవ ॥25॥ పీపివాంసం సరస్వతః స్తనం యో విశ్వదర్శతః।

భక్షీమహి ప్రజామిషమ్ ॥26॥ అమ్బితమే నదీతమే దేవితమే సరస్వతి । అప్రశస్తా ఇవ స్మసి ప్రశస్తిమమ్బ నస్కృధి ॥27॥ త్వే విశ్వా సరస్వతి శ్రితాయూంషి దేవ్యామ్ । శునహోత్రేషు మత్స్వ ప్రజాం దేవి దిదిడ్ఢి నః ॥28॥

ఇమా బ్రహ్మ సరస్వతి జుషస్వ వాజినీవతి। యా తే మన్మ గృత్సమదా ఋతావరి ప్రియా దేవేషు జుహ్వతి ॥29॥ పావకా నః సరస్వతీ వాజేభిర్వాజినీవతీ । యజ్ఞం వష్టు ధియావసుః ॥30॥చోదయిత్రీ సూనృతానాం చేతన్తీ సుమతీనామ్। యజ్ఞం దధే సరస్వతీ ॥31॥ మహో అర్ణః సరస్వతీ ప్ర చేతయతి కేతునా । ధియో విశ్వా వి రాజతి ॥32॥

సరస్వతీం దేవయన్తో హవన్తే సరస్వతీమధ్వరే తాయమానే । సరస్వతీం సుకృతో అహ్వయన్త సరస్వతీ దాశుషే వార్యందాత్॥33॥ సరస్వతి యా సరథం యయాథ స్వధాభిర్దేవి పితృభిర్మదన్తీ । ఆసద్యాస్మిన్ బర్హిషి మాదయస్వానమీవా ఇష ఆ ధేహ్యస్మే ॥34॥ సరస్వతీం యాం పితరో హవన్తే దక్షిణా యజ్ఞమభినక్షమాణాః। సహస్రార్ఘమిళో అత్ర భాగం రాయస్పోషం యజమానేషు ధేహి ॥ 35॥ ఆ నో దివో బృహతః పర్వతాదా సరస్వతీ యజతా గన్తు యజ్ఞమ్। హవం దేవీ జుజుషాణా ఘృతాచీ శగ్మాం నో వాచ ముశతీ శృణోతు ॥36॥

రాకామహం సుహవాం సుష్టుతీ హువే శృణోతు నః సుభగా బోధతు త్మనా । సీవ్యత్వపః సూచ్యాచ్ఛిద్యమానయా దదాతు వీరం శతదాయముక్థ్యమ్ ॥37॥ యాస్తే రాకే సుమతయః సుపేశసో యాభిర్దదాసి దాశుషే వసూని। తాభిర్నో అద్య సుమనా ఉపాగహి సహస్రపోషం సుభగే రరాణా ॥38॥ సినీవాలి పృథుష్టుకే యా దేవానామసి స్వసా। జుషస్వ హవ్యమాహుతం ప్రజాం దేవి దిదిడ్ఢి నః ॥39॥ యా సుబాహుః స్వఙ్గురిః సుషూమా బహుసూవరీ। తస్యై విశ్పత్న్యై హవిః సినీవాల్యై జుహోతన ॥40॥ యా గుఙ్గూర్యాసినీవాలీ యా రాకా యా సరస్వతీ। ఇన్ద్రాణీమహ్వ ఊతయే వరుణానీం స్వస్తయే ॥42॥ ఓం శాన్తిః శాన్తిః శాన్తిః ॥

15. నీళాసూక్తమ్

ఓం ॥ గృణాహి । ఘృతవతీ సవితరాధిపత్యైః పయస్వతీ-రన్తిరాశానో అస్తు । ధ్రువా దిశాం విష్ణుపత్న్యఘోరాఽస్యేశానాసహసో యామనోతా । బృహస్పతిర్మాతరిశ్వోత వాయుస్సన్ధువానావాతా అభి నో గృణన్తు । విష్టమ్భో దివోధరుణః పృథివ్యా అస్యేశానా జగతో విష్ణుపత్నీ ॥

ఓం శాన్తిః శాన్తిః శాన్తిః ॥

16. భూసూక్తమ్

తైత్తిరీయ సంహితా కాండమ్ –1 ప్రపాఠకః – 5 అనువాకః – 3
తైత్తిరీయ బ్రాహ్మణమ్ అష్టకమ్ – 3 ప్రశ్నః – 1 అనువాకః –2

॥ఓం॥ భూమిర్భూమ్నా ద్యౌర్వరిణాఽన్తరిక్షం మహిత్వా।
ఉపస్థే తే దేవ్యదితేఽగ్నిమన్నాదమన్నాద్యాయాదధే। ఆఽయంగౌః
పృశ్నిరక్రమీ దసనన్మాతరం పునః। పితరం చ ప్రయన్థ్సువః।
త్రిꣳశద్ధామ విరాజతి వాక్పతంగాయ శిశ్రియే। ప్రత్యస్య వహ
ద్యుభిః। అస్య ప్రాణాదపానత్యంతశ్చరతి రోచనా। వ్యఖ్యన్ మహిషః
సువః। యత్త్వా క్రుద్ధః పరోవప మన్యునా యదవర్త్యా। సుకల్పమగ్నే
తత్తవ పునస్త్వోద్దీపయామసి। యత్తే మన్యుపరోప్తస్య పృథివీమను
దధ్వసే। ఆదిత్యా విశ్వే తద్దేవా వసవశ్చ సమాభరన్। 1

మేదినీ దేవీ వసుంధరా స్యాద్వసుధా దేవీ వాసవీ। బ్రహ్మవర్చసః
పితృణాం శ్రోత్రం చక్షుర్మనః। దేవీ హిరణ్యగర్భిణీ దేవీప్రసూవరీ।
సదనే సత్యాయనే సీద ।సముద్రవతీ సావిత్రీ హనో దేవీ మహ్యఙ్గీ।
మహీధరణీ మహోవ్యథిష్ఠాః। శృంగే శృంగే యజ్ఞే యజ్ఞే విభీషిణీ ।
ఇంద్రపత్నీ వ్యాపినీ సురసరిదిహ। వాయుమతీ
జలశయనీ శ్రియంధారాజా సత్యంధో పరిమేదినీ। శ్వోపరిధత్తం
పరిగాయ। 2

విష్ణుపత్నీం మహీం దేవీం మాధవీం మాధవప్రియామ్ । లక్ష్మీ
ప్రియసఖీం దేవీం నమామ్యచ్యుత వల్లభామ్ । 3

ఓం ధనుర్ధరాయై విద్మహే సర్వసిద్ధ్యై చ ధీమహి । తన్నో ధరా
ప్రచోదయాత్ । మహీం దేవీం విష్ణుపత్నీమజూర్యాం ।
ప్రతీచీ మేనాగ్ం హవిషా యజామః । త్రేధా విష్ణురురుగాయో
విచక్రమే। మహీం దివం పృథివీమంతరిక్షం। తచ్ఛ్రోణైతిశ్రవ
ఇచ్ఛమానా । పుణ్యగ్ం శ్లోకం యజమానాయ కృణ్వతీ ॥ 4

॥ ఓం శాన్తిః శాన్తిః శాన్తిః ॥

17. ఆయుష్యసూక్తమ్

యో బ్రహ్మా బ్రహ్మణ ఉజ్జహార ప్రాణైః శిరః కృత్తివాసాః పినాకీ। ఈశానో దేవః స న ఆయుర్దధాతు తస్మై జుహోమి హవిషాఘృతేన॥1 విభ్రాజమాన స్సరిరస్యమధ్యా-ద్రోచమానో ఘర్మరుచిర్య ఆగాత్। స మృత్యుపాశానపనుద్య ఘోరానిహాయుషేణో ఘృతమత్తు దేవః॥2 బ్రహ్మజ్యోతిర్ బ్రహ్మ-పత్నీషు గర్భం యమాదధాత్ పురురూపం జయన్తమ్। సువర్ణరంభగ్రహ-మర్కమర్చ్యం తమాయుషే వర్ధయామో ఘృతేన ॥3॥ శ్రియం లక్ష్మీమౌబలా-మంబికాం గాం షష్ఠీం చ యామిన్ద్రసేనేత్యుదాహుః। తాం విద్యాం

బ్రహ్మయోనిం సరూపామిహాయుషే తర్పయామో ఘృతేన ॥4॥ దాక్షాయణ్య స్సర్వయోన్యస్సు యోన్యస్సహస్రశో విశ్వరూపా విరూపాః। ససూనవస్సపతయస్సయూథ్యా ఆయుషేణో ఘృతమిదం జుషన్తామ్ ॥ 5॥ దివ్యా గణా బహురూపాః పురాణా ఆయుశ్ఛిదో నః ప్రమథ్నన్తు వీరాన్ । తేభ్యో జుహోమి బహుధా ఘృతేన మా నః ప్రజాగ్ం రీరిషో మోత వీరాన్ ॥6॥ ఏకః పురస్తాత్ య ఇదం బభూవ యతో బభూవ భువనస్య గోపాః। యమప్యేతి భువనం సాంపరాయే స నో హవిర్ఘృత-మిహాయుషేఽత్తు దేవః॥7॥ వసూన్ రుద్రా- నాదిత్యాన్ మరుతోఽథ సాధ్యాన్ ఋభూన్ యక్షాన్ గన్ధర్వాంశ్చ పితౄంశ్చవిశ్వాన్। భృగూన్ సర్పాంశ్చాంగిరసోథ సర్వాన్ఘృతం హుత్వా స్వాయుష్యా మహయామ శశ్వత్ ॥8॥ విష్ణో త్వం నో అన్తమశ్శర్మయచ్ఛ సహన్త్య ప్రతేధారాం మధుశ్చుత ఉత్సం దుహ్రతే అక్షితమ్ ॥

॥ ఓం శాన్తిః శాన్తిః శాన్తిః ॥

18. నక్షత్రసూక్తమ్

అగ్నిర్నః పాతు కృత్తికాః । నక్షత్రం దేవమిన్ద్రియమ్ । ఇదమాసాం విచక్షణమ్ । హవిరాసం జుహోతన। యస్య భాన్తి రశ్మయో యస్య

కేతవః । యస్యవమా విశ్వా భువనాని సర్వా । స కృత్తికాభి-రభిసంవసానః। అగ్నిర్నో దేవస్సువితే దధాతు ॥

ప్రజాపతే రోహిణీవేతు పత్నీ। విశ్వరూపా బృహతీ చిత్రభానుః । సా నో యజ్ఞస్య సువితే దధాతు । యథా జీవేమ శరదస్సవీరాః । రోహిణీ దేవ్యుదగాత్పురస్తాత్ । విశ్వా రూపాణి ప్రతిమోదమానా। ప్రజాపతిꣳహవిషా వర్ధయన్తీ । ప్రియా దేవానా-ముపయాతు యజ్ఞమ్ ॥ 2

సోమో రాజా మృగశీర్షేణ ఆగన్ । శివం నక్షత్రం ప్రియమస్య ధామ । ఆప్యాయమానో బహుధా జనేషు । రేతః ప్రజాం యజమానే దధాతు । యత్తే నక్షత్రం మృగశీర్షమస్తి । ప్రియꣳరాజన్ ప్రియతమం ప్రియాణామ్ । తస్మై తే సోమ హవిషా విధేమ । శన్న ఏధి ద్విపదే శం చతుష్పదే ॥ 3

ఆర్ద్రయ రుద్రః ప్రథమా న ఏతి। శ్రేష్ఠో దేవానాం పతిరఘ్నియానామ్ । నక్షత్రమస్య హవిషా విధేమ । మా నః ప్రజాꣳ రీరిషన్మోత వీరాన్ । హేతీ రుద్రస్య పరిణో వృణక్తు । ఆర్ద్రా నక్షత్రం జుషతాꣳ హవిర్నః। ప్రముంచమానౌ దురితాని విశ్వా। అపాఘశꣳ సన్నుదతామరాతిమ్ ॥ 4

పునర్నో దేవ్యదితిస్స్పృణోతు । పునర్వసూనః పునరేతాం యజ్ఞమ్ । పునర్నో దేవా అభియన్తు సర్వే । పునః పునర్వో హవిషా యజామః। ఏవా న దేవ్యదితిరనర్వా । విశ్వస్య భర్త్రీ జగతః ప్రతిష్ఠా । పునర్వసూ హవిషా వర్ధయన్తీ । ప్రియం దేవానా – మప్యేతు పాథః ॥ 5

బృహస్పతిః ప్రథమం జాయమానః । తిష్యం నక్షత్రమభి సంబభూవ। శ్రేష్ఠో దేవానాం పృతనాసుజిష్ణుః । దిశో ను సర్వా అభయన్నో అస్తు । తిష్యః పురస్తదుత మధ్యతో నః । బృహస్పతిర్నః పరిపాతు పశ్చాత్ । బాధేతాన్ద్వేషో అభయం కృణుతామ్। సువీర్యస్య పతయస్స్యామ ॥ 6

ఇదగ్ం సర్పేభ్యో హవిరస్తు జుష్టమ్ । ఆశ్రేషా యేషామనుయన్తి చేతః। యే అన్తరిక్షం పృథివీం క్షియన్తి తే నస్సర్పాసో హవమాగమిష్ఠాః। యే రోచనే సూర్యస్యాపి సర్పాః । యే దివం దేవీమనుసంచరన్తి । యేషామాశ్రేషా అనుయన్తి కామమ్ । తేభ్య స్సర్పేభ్యో మధుమజ్జుహోమి ॥ 7

ఉపహూతాః పితరో యే మఘాసు । మనోజవసస్సు

కృతస్సుకృత్యాః। తే నో నక్షత్రే హవమాగమిష్ఠాః । స్వధాభిర్యజ్ఞం ప్రయతం జుషన్తామ్ । యే అగ్నిదగ్ధా యేనగ్నిదగ్ధాః ।యే౽ముల్లోకం పితరః క్షియన్తి। యాగ్ంశ్చ విద్మయాగ్ం ఉ చ న ప్రవిద్మ । మఘాసు యజ్ఞగ్ంసుకృతం జుషన్తామ్ ॥ 8

గవాం పతిః ఫల్గునీనామసి త్వమ్ । తదర్యమన్ వరుణమిత్ర చారు। తం త్వా వయగ్ంసనితారగ్ంసనీనామ్ । జీవా జీవన్తముప సంవిశేమ। యేనేమా విశ్వా భువనాని సంజితా।యస్య దేవా అనుసంయన్తి చేతః। అర్యమా రాజాజరస్తు విష్మాన్ । ఫల్గునీనా మృషభో రోరవీతి॥ 9

శ్రేష్ఠో దేవానాం భగవో భగాసి। తత్వా విదుః ఫల్గునీస్తస్య విత్తాత్। అస్మభ్యం క్షత్రమజరగ్ం సువీర్యమ్। గోమదశ్వవదు పసన్నుదేహ। భగోహ దాతా భగ ఇత్ప్రదాతా । భగో దేవీః ఫల్గునీరావివేశ। భగస్యేత్తం ప్రసవం గమేమ।యత్ర దేవైస్స ధమాదం మదేమ॥ 10

ఆయాతు దేవస్సవితోపయాతు । హిరణ్యయేన సువృతా రథేన। వహన్ హస్తగ్ం సుభగ్ంవిద్మనాపసమ్ । ప్రయచ్ఛన్తం పపురిం పుణ్యమచ్ఛ। హస్తః ప్రయచ్ఛ త్వమృతం వసీయః । దక్షిణేన ప్రతి

గృభ్ణీమ ఏనత్ । దాతారమద్య సవితా విదేయ । యో నో హస్తాయ
ప్రసువాతి యజ్ఞమ్ ॥ 11

త్వష్టా నక్షత్రమభ్యేతి చిత్రామ్ । సుభꣳ ససంయువతీꣳ
రోచమానామ్ । నివేశయన్నమృతాన్మర్త్యాꣳశ్చ । రూపాణి పిꣳశన్
భువనాని విశ్వా । తన్నస్త్వష్టా తదు చిత్రా విచష్టామ్ । తన్నక్షత్రం
భూరిదా అస్తు మహ్యమ్ । తన్నః ప్రజాం వీరవతీꣳ సనోతు ।
గోభిర్నో అశ్వైస్సమనక్తు యజ్ఞమ్ ॥ 12

వాయుర్నక్షత్రమభ్యే తి నిష్ట్యామ్ । తిగ్మశృగో వృషభో
రోరువాణః । సమీరయన్ భువనా మాతరిశ్వా । అప ద్వేషాꣳసి
నుదతామరాతీః । తన్నో వాయుస్తదు నిష్ట్యా శృణోతు । తన్నక్షత్రం
భూరిదా అస్తు మహ్యమ్। తన్నో దేవాసో అనుజానన్తు కామమ్।
యథా తరేమ దురితాని విశ్వా ॥ 13

దూరమస్మచ్ఛత్రవో యన్తు భీతాః । తదిన్ద్రాగ్నీ కృణుతాం
తద్విశాఖే। తన్నో దేవా అనుమదన్తు యజ్ఞమ్ । పశ్చాత్
పురస్తాదభయన్నో అస్తు। నక్షత్రాణామధిపత్నీ విశాఖే । శ్రేష్ఠావిన్ద్రాగ్నీ
భువనస్య గోపౌ । విషూచశ్శత్రూనపబాధమానౌ । అపక్షుధన్నుద
తామరాతిమ్ ॥ 14

పూర్ణా పశ్చాదుత పూర్ణా పురస్తాత్ । ఉన్మధ్యతః పౌర్ణమాసీ జిగాయ । తస్యాం దేవా అధిసంవసన్తః । ఉత్తమే నాక ఇహ మాదయన్తామ్ । పృథ్వీ సువర్చా యువతిః సజోషాః । పౌర్ణమాస్యుదగాచ్ఛోభమానా । ఆప్యాయయన్తీ దురితాని విశ్వా । ఉరుందుహాం యజమానాయ యజ్ఞమ్ ॥ 15

ఋద్ధ్యాస్మ హవ్యైర్నమసోపసద్య । మిత్రం దేవం మిత్రధేయం నో అస్తు । అనూరాధాన్ హవిషా వర్ధయన్తః । శతం జీవేమ శరదః సవీరాః । చిత్రం నక్షత్రముదగాత్పురస్తాత్ । అనూరాధా స ఇతి యద్వదన్తి । తన్మిత్ర ఏతి పథిభిర్దేవయానైః । హిరణ్యయైర్వితతై - రన్తరిక్షే ॥ 16

ఇన్ద్రో జ్యేష్ఠామను నక్షత్రమేతి । యస్మిన్ వృత్రం వృత్ర తూర్యే తతార । తస్మిన్వయ-మమృతం దుహానాః । క్షుధన్తరేమ దురితిం దురిష్టిమ్ । పురన్దరాయ వృషభాయ ధృష్ణవే । అషాఢాయ సహమానాయ మీఢుషే । ఇన్ద్రాయ జ్యేష్ఠా మధుమద్దుహానా । ఉరుం కృణోతు యజమానాయ లోకమ్ ॥ 17

మూలం ప్రజాం వీరవతీం విదేయ । పరాచ్యేతు నిర్ఋతిః పరాచా । గోభిర్నక్షత్రం పశుభిఃసమక్తమ్ ।

అహర్భూయాద్యజమానాయ మహ్యమ్ । అహర్నో అద్య సువితే దధాతు । మూలం నక్షత్రమితి యద్వదన్తి । పరాచీం వాచా నిరతిం నుదామి । శివం ప్రజాయై శివమస్తు మహ్యమ్॥ 18

యా దివ్యా ఆపః పయసా సంబభూవుః । యా అన్తరిక్ష ఉత పార్థివీర్యాః । యాసా -మషాఢా అనుయన్తి కామమ్ । తా న ఆపశ్శగ్ం స్యోనా భవన్తు । యాశ్చ కూప్యా యాశ్చ నాద్యాస్సముద్రియాః । యాశ్చ వైశన్తీరుత ప్రాసచీర్యాః । యాసామషాఢా మధు భక్షయన్తి । తా న ఆప శ్శగ్ంస్యోనా భవన్తు॥
19

తన్నో విశ్వే ఉప శృణ్వన్తు దేవాః । తదషాఢా అభిసంయన్తు యజ్ఞమ్ । తన్నక్షత్రం ప్రథతాం పశుభ్యః । కృషిర్వృష్టిర్యజమానాయ కల్పతామ్ । శుభ్రాః కన్యా యువతయస్సుపేశసః।కర్మకృత-స్సుకృతో వీర్యావతీః । విశ్వాన్ దేవాన్ హవిషా వర్ధయన్తీః । అషాఢాః కామముపయాన్తు యజ్ఞమ్ ॥ 20

యస్మిన్ బ్రహ్మాభ్యజయత్సర్వమేతత్ । అముంచ లోక-మిదమూచ సర్వమ్ । తన్నో నక్షత్ర-మభిజిద్విజిత్య । శ్రియం దధాత్వహృణీయమానమ్ । ఉభౌ లోకౌ బ్రహ్మణా సంజితేమౌ

తన్నో నక్షత్రమభిజిద్విచష్టామ్ । తస్మిన్వయం పృతనాస్సంజయేమ।
తన్నో దేవాసో అనుజానన్తు కామమ్ ॥ 21

శృణ్వన్తి శ్రోణా-మమృతస్య గోపామ్ । పుణ్యామస్యా ఉపశ్శృ
ణోమి వాచమ్ । మహీం దేవీం విష్ణుపత్నీ-మజూర్యామ్ ।
ప్రతీచీమేనాꣳ హవిషా యజామః । త్రేధా విష్ణురురుగాయో
విచక్రమే । మహీం దివం పృథివీమన్తరిక్షమ్ ।తచ్ఛ్రోణైతి శ్రవ
ఇచ్ఛమానా । పుణ్యꣳశ్లోకం యజమానాయ కృణ్వతీ ॥22

అష్టౌ దేవా వసవస్సోమ్యాసః । చతస్రో దేవీ-రజరా శ్రవిష్ఠాః।
తే యజ్ఞం పాన్తు రజసః పురస్తాత్ । సంవత్సరీణ-మమృతꣳ స్వస్తి।
యజ్ఞం నః పాన్తు వసవః పురస్తాత్ । దక్షిణతోభియన్తు శ్రవిష్ఠాః ।
పుణ్యన్నక్షత్రమభి సంవిశామ । మా నో అరాతిరఘశꣳసాగన్॥
23

క్షత్రస్య రాజా వరుణోధిరాజః । నక్షత్రాణాꣳ శతభిషగ్వసిష్ఠః ।
తౌ దేవేభ్యః కృణుతో దీర్ఘమాయుః । శతꣳ సహస్రా భేషజానిధత్తః।
యజ్ఞన్నో రాజా వరుణ ఉపయాతు । తన్నో విశ్వే అభి సంయన్తు
దేవాః । తన్నో నక్షత్రꣳ శతభిషగ్జుషాణమ్। దీర్ఘమాయుః
ప్రతిరద్భేషజాని ॥ 24

అజ ఏకపాదుదగాత్పురస్తాత్ । విశ్వా భూతాని ప్రతి
మోదమానః । తస్య దేవాః ప్రసవం యన్తి సర్వే । ప్రోష్ఠపదాసో అమృ
తస్య గోపాః । విభ్రాజమానస్సమిధా న ఉగ్రః ।
ఆన్తరిక్షమరుహదగన్ద్యామ్ । తꣳ సూర్యమ్ దేవ-మజమేకపాదమ్ ।
ప్రోష్ఠపదాసో అనుయన్తి సర్వే ॥ 25

అహిర్బుధ్నియః ప్రథమా న ఏతి । శ్రేష్ఠో దేవానాముత
మానుషాణామ్ । తం బ్రాహ్మణాస్సోమపాస్సోమ్యాసః ।
ప్రోష్ఠపదాసో అభిరక్షన్తి సర్వే । చత్వార ఏకమభి కర్మదేవాః ।
ప్రోష్ఠపదా స ఇతి యాన్వదన్తి । తే బుధ్నియం పరిషద్యꣳ
స్తువన్తః । అహిꣳ రక్షన్తి నమసోపసద్య ॥ 26

పూషా రేవత్యన్వేతి పన్థామ్ । పుష్టిపతీ పశుపా వాజబస్త్యౌ ।
ఇమాని హవ్యా ప్రయతా జుషాణా । సుగైర్నో యానై
రుపయాతాం యజ్ఞమ్ । క్షుద్రాన్ పశూన్ రక్షతు రేవతీ నః ।
గావో నో అశ్వాꣳ అన్వేతు పూషా । అన్నꣳ రక్షన్తౌ బహుధా
విరూపమ్ । వాజꣳ సనుతాం యజమానాయ యజ్ఞమ్ ॥
27

తదశ్వినావశ్వయుజోపయాతామ్ । శుభంగమిష్ఠౌ

సుయమే భిరర్శ్వి॥ స్వంనక్షత్రꣳ హవిషా యజన్తౌ । మద్వా
సంపృక్తౌ యజుషా సమక్తౌ । యౌ దేవానాం భిషజౌ
హవ్యవాహౌ । విశ్వస్య దూతా- వమృతస్య గోపౌ॥ తౌ నక్షత్రం
జుజుషాణోపయాతామ్।నమో౽శ్విభ్యాం కృణుమో౽శ్వ
యుగ్భ్యామ్ ॥ 28

అప పాప్మానం భరణీర్భరన్తు । తద్యమో రాజా భగవాన్
విచష్టామ్ । లోకస్య రాజా మహతో మహాన్ హి । సుగం నః
పన్థామభయం కృణోతు। యస్మిన్నక్షత్రే యమ ఏతి రాజా।
యస్మిన్నేన-మభ్యషిఞ్చన్త దేవాః । తదస్య చిత్రꣳ హవిషా
యజామ। అప పాప్మానం భరణీర్భరన్తు ॥ 29

నివేశనీ సంగమనీ వసూనాం విశ్వరూపాణి వసూన్యావే
శయన్తీ । సహస్ర-పోషꣳ సుభగా రరాణా సా న ఆగన్వర్చసా
సంవిదానా। యత్తే దేవా అదధుర్భాగధేయమమావాస్యే
సంవసన్తో మహిత్వా । సా నో యజ్ఞం పిపృహి విశ్వవారే
రయిన్నో ధేహి సుభగే సువీరమ్ ॥ 30

ఓం శాన్తిః శాన్తిః శాన్తిః॥

19. నవగ్రహ నమస్కార మంత్రాః

ఓం ఆసత్యేన రజసా వర్తమానో నివేశయన్నమృతం మర్త్యం చ। హిరణ్యయేన సవితా రథేనాఽఽదేవో యాతిభువనా విపశ్యన్ ॥ అగ్నిం దూతం వృణీమహే హోతారం విశ్వవేదసమ్ । అస్య యజ్ఞస్య సుక్రతుమ్ ॥

యేషామీశే పశుపతిః పశూనాం చతుష్పదాముత చ ద్విపదామ్। నిష్క్రీతోఽయం యజ్ఞియం భాగమేతు రాయస్పోషా యజమానస్య సన్తు॥ ఓం అధిదేవతా-ప్రత్యధిదేవతాసహితాయ ఆదిత్యాయ నమః ॥ 1

ఓం ఆప్యాయస్వ సమేతు తే విశ్వతస్సోమ వృష్ణియమ్ । భవా వాజస్య సఙ్గథే ॥ అప్సుమే సోమో అబ్రవీదన్తర్విశ్వాని భేషజా । అగ్నిఞ్చ విశ్వశంభువ-మాపశ్చ విశ్వభేషజీః ॥

గౌరీ మిమాయ సలిలాని తక్షత్యేకపదీ ద్విపదీ సా చతుష్పదీ । అష్టాపదీ నవపదీ బభూవుషీ సహస్రాక్షరా పరమే వ్యోమన్ ॥ ఓం అధిదేవతా-ప్రత్యధిదేవతా-సహితాయ సోమాయ నమః ॥ 2

ఓం అగ్నిర్మూర్ధా దివః కకుత్పతిః పృథివ్యా అయమ్ । అపాꣳరేతాꣳసి జిన్వతి ॥ స్యోనా పృథివి భవాఽనృక్షరా నివేశనీ।

యచ్ఛానశ్శర్మ సప్రథాః ॥ క్షేత్రస్య పతినా వయగ్ం హితే నేవ జయామసి। గామశ్వం పోషయిత్న్వా స నో మృడాతీదృశే ॥
ఓం అధిదేవతాప్రత్యధిదేవతాసహితాయ అఙ్గారకాయ నమః॥ 3

ఓం ఉద్బుధ్యస్వాగ్నే ప్రతిజాగృహ్యేనమిష్టాపూర్తే సగ్ంసృజేథా-మయఞ్చ। పునః కృణ్వగ్ంస్త్వా పితరం యువానమన్వాతాగ్ంసీత్త్వయి తన్తుమేతమ్ ॥

ఇదం విష్ణుర్విచక్రమే త్రేధా నిదధే పదమ్ । సమూఢమస్య పాగ్ంసురే ॥ విష్ణో రరాటమసి విష్ణోః పృష్ఠమసి విష్ణోశ్శ్నప్త్రేస్థో విష్ణోస్స్యూరసి విష్ణో ర్ధ్రువమసి వైష్ణవమసి విష్ణవే త్వా॥
ఓం అధిదేవతా-ప్రత్యధిదేవతా-సహితాయబుధాయ నమః॥ 4

ఓం బృహస్పతే అతియదర్యో అర్హాద్ద్యుమద్విభాతి క్రతుమజ్జనేషు। యద్దీదయచ్ఛవసర్తప్రజాత తదస్మాసు ద్రవిణం దేహి చిత్రమ్ ॥

ఇన్ద్రమరుత్వ ఇహ పాహి సోమం యథా శార్యాతే అపిబస్సుతస్య। తవ ప్రణీతీ తవ శూరశర్మన్నావివాసన్తి కవయస్సుయజ్ఞాః ॥

బ్రహ్మజజ్ఞానం ప్రథమం పురస్తాద్విసీమతస్సురుచో వేన ఆవః । సబుధ్నియా ఉపమా అస్య విష్ఠాస్సతశ్చ యోనిమసతశ్చవివః॥ ఓం అధిదేవతా ప్రత్యధిదేవతా సహితాయ బృహస్పతయే నమః 5

ఓం ప్రవశ్శుక్రాయ భానవే భరధ్వమ్ హవ్యం మతిం చాగ్నయే సుపూతమ్।యో దైవ్యాని మానుషా జనూగ్ంషి అన్తర్విశ్వాని విద్మనా జిగాతి ॥

ఇన్ద్రాణీమాసు నారిషు సుపత్నీమహమశ్రవమ్ । న హ్యస్యా అపరఞ్చన జరసా మరతే పతిః ॥

ఇన్ద్రం వో విశ్వతస్పరి హవామహే జనేభ్యః । అస్మాకమస్తు కేవలః॥
ఓం అధిదేవతాప్రత్యధిదేవతా-సహితాయ శుక్రాయ నమః॥ 6

ఓం శన్నో దేవీరభిష్టయ ఆపో భవన్తు పీతయే । శంయోరభిస్రవన్తు నః॥ ప్రజాపతే న త్వదేతాన్యన్యో విశ్వా జాతాని పరితా బభూవ । యత్కామాస్తే జుహుమస్తన్నో అస్తు వయꣳస్యామ పతయో రయీణామ్ ॥

ఇమం యమ ప్రస్తరమాహి సీదాఙ్గిరోభిః పితృభిస్సంవిదానః। ఆత్వా మన్త్రాః కవిశస్తా వహన్త్వేనా రాజన్ హవిషా మాదయస్వ॥
ఓం అధిదేవతా ప్రత్యధిదేవతా-సహితాయ శనైశ్చరాయ నమః॥7

ఓం కయా నశ్చిత్ర ఆభువదూతీ సదావృధస్సఖా । కయా శచిష్ఠయా వృతా ॥

అయఙ్గౌః పృశ్నిరక్రమీదసన్మాతరం పునః । పితరఞ్చ ప్రయన్త్సువః ॥

యత్తే దేవీ నిర్బుతిరాబబన్ధదామ గ్రీవాస్వవిచర్త్యమ్ ॥ఇదన్తే
తద్విష్యామ్యాయుషో న మధ్యాదథాజీవః పితుమద్ధి ప్రముక్తః।
ఓం అధిదేవతా-ప్రత్యధిదేవతా-సహితాయ రాహవే నమః ॥8

ఓం కేతుంకృణ్వన్నకేతవే పేశో మర్యా అపేశసే ॥ సముషద్
భిరజాయథాః ॥

బ్రహ్మా దేవానాం పదవీః కవీనామృషిర్విప్రాణాం మహిషో
మృగాణామ్ । శ్యేనో గృధ్రాణాꣳస్వధితిర్వనానాꣳసోమః
పవిత్రమత్యేతి రేభన్ ॥

సచిత్రచిత్రం చితయన్తమస్మే చిత్రక్షత్ర చిత్రతమం వయోధామ్।
చన్ద్రం రయిం పురువీరం బృహన్తం చన్ద్రచన్ద్రాభిర్గృణతే యువస్వ॥
ఓం అధిదేవతా-ప్రత్యధిదేవతా-సహితేభ్యః కేతుభ్యో నమః॥
ఓం ఆదిత్యాది నవగ్రహ దేవతాభ్యో నమో నమః ॥

ఓం శాన్తిః శాన్తిః శాన్తిః

20. భాగ్యసూక్తమ్

తై. బ్రాహ్మణమ్ - అష్టకమ్ -2, ప్రశ్నః - 8, అను-9

ఓం ప్రాతరగ్నిం ప్రాతరిన్ద్రꣳ హవామహే ప్రాతర్మిత్రా
వరుణా ప్రాతరశ్వినా। ప్రాతర్భగꣳ పూషణం బ్రహ్మణస్పతిం

ప్రాతస్సోమముత రుద్రꣳ హువేమ ॥1॥ ప్రాతర్జితం
భగముగ్రꣳ హువేమ వయం పుత్రమదితేర్యో విధర్తా ।
ఆధ్రశ్చిద్యం మన్యమానస్తురశ్చిద్రాజా చిద్యం భగం
భక్షీత్యాహ ॥2॥ భగ ప్రణేతర్భగ సత్యరాధో భగేమాం
ధియముదవ దదన్నః । భగప్రణో జనయ గోభిరశ్వైర్భగ
ప్రనృభిర్నృవన్తస్స్యామ ॥3॥ ఉతేదానీం భగవన్తస్స్యామోత
ప్రపిత్వ ఉత మధ్యే అహ్నామ్ । ఉతోదితా మఘవన్థ్సూర్యస్య
వయం దేవానాꣳసుమతౌ స్యామ ॥4॥

భగ ఏవ భగవాꣳ అస్తు దేవాస్తేన వయం భగవన్తస్స్యామ ।
తం త్వా భగ సర్వ ఇజ్జోహవీమి సనో భగ పుర ఏతా
భవేహ ॥5 సమధ్వరాయోషసో నమన్త దధిక్రావేవ
శుచయే పదాయ । అర్వాచీనం వసువిదం భగన్నో
రథమివాశ్వావాజిన ఆవహన్తు ॥6॥ అశ్వావతీర్గోమతీ-
ర్నఉషాసో వీరవతీస్సదముచ్ఛన్తు భద్రాః ఘృతం దుహానా
విశ్వతః ప్రపీనా యూయం పాత స్వస్తిభిస్సదా నః ॥7॥
యో మా ఽగ్నే భాగినꣳ సన్తమథాభాꣳ చికీర్షతి ।
అభాగమగ్నే తం కురు మామగ్నే భాగినం కురు ॥8॥

21. రుద్రసూక్తమ్

పరిణో రుద్రస్య హేతిర్వృణక్తు పరిత్వేషస్య దుర్మతి రఘాయోః । అవస్థిరా మఘవద్భ్యస్తనుష్వ మీఢ్వస్తోకాయ తనయాయ మృడయ । స్తుహి శ్రుతం గర్తసదం యువానం మృగన్నభీమముపహత్నుముగ్రమ్ । మృడాజరిత్రే రుద్రస్తవానో అన్యన్తే అస్మన్నివపన్తు సేనాః । మీఢుష్టమ శివతమ శివోనస్సుమనా భవ । పరమే వృక్ష ఆయుధన్నిధాయ కృత్తిం వసాన ఆచరపినాకం బిభ్రదాగహి । అర్హన్ బిభర్షి సాయకాని దన్వాన్ । అర్హన్నిష్కం యజతం విశ్వరూపమ్ । అర్హన్నిదన్దయసే విశ్వమభవమ్। నవా ఓజీయో రుద్రస్త్వదస్తి । త్వమగ్నే రుద్రో-అసురో మహో దివస్త్వꣳ శర్ధో మారుతం పృక్ష ఈశిషే। త్వం వాతైరరుణైర్యాసి శఙ్గయస్త్వం పూషా విధతః పాసి నుత్మనా । ఆవో రాజానమధ్వరస్య రుద్రꣳ హోతారꣳ సత్యయజꣳ-రోదస్యోః । అగ్నిం పురాతనయిత్నోరచిత్తాద్ధిరణ్య రూపమవసే కృణుధ్వమ్ ॥

22. బ్రహ్మసూక్తమ్

బ్రహ్మజజ్ఞానం ప్రథమం పురస్తాత్ । విసీమతస్సురుచో

వేన ఆవః । సబుధ్నియా ఉపమా అస్య విష్ఠాః । సతశ్చ
యోనిమసతశ్చ వివః । పితా విరాజామృషభోరయీణామ్ ।
అన్తరిక్షం విశ్వరూప ఆవివేశ । తమర్కైరభ్యర్చన్తి వత్సమ్ ।
బ్రహ్మసన్తం బ్రహ్మణా వర్ధయన్తః । బ్రహ్మ దేవానజనయత్ ।
బ్రహ్మవిశ్వమిదం జగత్ । బ్రహ్మణః క్షత్రం నిర్మితం । బ్రహ్మ
బ్రాహ్మణ ఆత్మనా । అన్తరస్మిన్నిమేలోకాః । అన్తర్విశ్వమిదం
జగత్ । బ్రహ్మైవ భూతానాం జ్యేష్ఠమ్ । తేన కోఽర్హతిస్పర్ధితుమ్।
బ్రహ్మన్దేవాస్త్రయస్త్రింశత్ । బ్రహ్మన్నిన్ద్ర ప్రజాపతీ । బ్రహ్మన్
హ విశ్వాభూతాని । నావీవాన్తస్సమాహితా। చతస్ర ఆశాః
ప్రచరన్త్వగ్నయః। ఇమన్నో యజ్ఞన్నయతు ప్రజానన్ । ఘృతం
పిన్వన్నజరꣳ సువీరమ్ । బ్రహ్మసమిద్భవ-త్యాహుతీనామ్ ।

23. హిరణ్యగర్భసూక్తమ్

ఋగ్వేదసంహితా. మం. 10 అష్టకమ్ 8 సూక్తమ్ 121

ఓం హిరణ్యగర్భః సమవర్తతాగ్రే భూతస్య జాతః పతిరేక ఆసీత్ । స దాధార పృథివీం ద్యాముతేమాం కస్మై దేవాయ హవిషా విధేమ ॥ 1

య ఆత్మదా బలదా యస్య విశ్వ ఉపాసతే ప్రశిషం యస్య

దేవాః । యస్య ఛాయామృతం యస్య మృత్యుః కస్మై దేవాయ
హవిషా విధేమ ॥ 2

యః ప్రాణతో నిమిషతో మహిత్వైక ఇద్రాజా జగతో
బభూవ । య ఈశే అస్య ద్విపదశ్చతుష్పదః కస్మై దేవాయ
హవిషా విధేమ ॥ 3

యస్యేమే హిమవన్తో మహిత్వా యస్య సముద్రం
రసయా సహాహుః । యస్యేమాః ప్రదిశో యస్య బాహూ కస్మై
దేవాయ హవిషా విధేమ॥ 4

యేన ద్యౌరుగ్రా పృథివీ చ దృళహా యేన సువః స్తభితం
యేన నాకః। యో అన్తరిక్షే రజసో విమానః కస్మై దేవాయ హవిషా
విధేమ ॥ 5

యం క్రన్దసీ అవసా తస్తభానే అభ్యైక్షేతాం మనసా -
రేజమానే। యత్రాధి సూర ఉదితో విభాతి కస్మై దేవాయ హవిషా
విధేమ ॥ 6

ఆపో హ యద్బృహతీర్విశ్వమాయన్ గర్భం దధానా
జనయన్తీరగ్నిమ్॥ తతో దేవానాం సమవర్తతాసురేకః కస్మై
దేవాయ హవిషా విధేమ ॥ 7

యశ్చిదాపో మహినా పర్యపశ్యద్దక్షం దధానా జనయంతీర్యజ్ఞమ్। యో దేవేష్వధి దేవ ఏక ఆసీత్కస్మై దేవాయ హవిషా విధేమ ॥ 8

మా నో హింసీజ్జనితా యః పృథివ్యా యో వా దివం సత్యధర్మా జజాన । యశ్చాపశ్చన్ద్రా బృహతీర్జజాన కస్మై దేవాయ హవిషా విధేమ ॥ 9

ప్రజాపతే న త్వదేతాన్యన్యో విశ్వా జాతాని పరితా బభూవ। యత్కామాస్తే జుహుమస్తన్నో అస్తు వయం స్యామ పతయో రయీణామ్॥ 10

ఓం శాన్తిః శాన్తిః శాన్తిః

24. శ్రీ సుబ్రహ్మణ్యమన్త్రః

1. వాయుశ్వేతసి కద్రుకః । సంవత్సరో విషూవర్ణైః । నిత్యాస్తేఽనం చరాస్తేవ । సుబ్రహ్మణ్యోఽసుబ్రహ్మణ్యోఽ సుబ్రహ్మణ్యోం ॥

2. జగద్భువం బహుతో హుతం యజత్భువం నమస్తే అస్తు। విశ్వభువే జగత్ భువోధిపతిః సేనానీ మయూరే ప్రియష్షడాననాం గారః ॥ సంజయహానమస్తే అస్తే

సుఖావహాయం। సుబ్రహ్మణ్యో బృహస్పతే స్తుతాయహాస్య వద్మయోనేః । యస్యాత్మా వహనే వహతి ॥

3. అయం కుమారో జరాంధయతు దీర్ఘమాయుః । యస్మై త్వగ్ంస్తనప్రప్యా-యాయుర్వర్చో యశో బలగ్ం స్వాహా।

4. సఖాయస్సప్తపదాఅభూమ। సఖ్యన్తే గమేయమ్ । సాఖ్యాన్తే మాయోషం । సఖ్యాన్ మే మాయోష్ఠాః । సాసి సుబ్రహ్మణ్యే । తస్యాస్తే పృథివీపాదః । సాసిసుబ్రహ్మణ్యే । తస్యాస్తెఽన్తరిక్షంపాదః । సాసిసుబ్రహ్మణ్యే । తస్యాస్తే ద్యౌః పాదః సాసిసుబ్రహ్మణ్యే । తస్యాస్తే దిశః పాదః । పరోరజాస్తే పఞ్చమః పాదః । సాన ఇష మూర్జన్ధుక్ష్వ తేజఇన్ద్రియమ్ । బ్రహ్మవర్చస మన్నాద్యం । విమిమేత్వా పయస్వతీం । దేవానాం ధేనుం సుదుఘామనపస్ఫురన్తీం । ఇన్ద్రస్సోమం పిబతు క్షేమో అస్తు నః ॥

25. పవమానసూక్తమ్

(పుణ్యాహవాచనమ్)

హిరణ్యవర్ణాశ్శుచయః పావకా యాసు జాతఃకశ్యపో యాస్విన్ద్రః । అగ్నిం యా గర్భం దధిరే విరూపాస్తాన ఆపశ్శగ్ం స్యోనా భవన్తు ॥ యాసాగ్ం రాజా వరుణో యాతి మధ్యే

సత్యానృతే అవపశ్యన్ జనానామ్ । మధుశ్చుతశ్శుచయో యాః పావకాస్తా న ఆపశ్శాఀస్స్యోనా భవన్తు ॥ యాసాం దేవా దివి కృణ్వన్తి భక్షం యా అన్తరిక్షే బహుధా భవన్తి । యాఃపృథివీం పయసోన్దన్తి శుక్రాస్తా న ఆపశ్శఀ స్స్యోనా భవన్తు ॥ శివేన మా చక్షుషా పశ్యతాపశ్శివయా తనువోప స్పృశత త్వచం మే । సర్వాఀ అగ్నీఀ రప్సుషదో హువే వో మయి వర్చో బలమోజో నిధత్త ॥

పవమానస్సువర్జనః । పవిత్రేణ విచర్షణిః । యః పోతా స పునాతు మా । పునన్తు మా దేవజనాః । పునన్తు మనవో ధియా । పునన్తు విశ్వ ఆయవః । జాతవేదః పవిత్రవత్ । పవిత్రేణ పునాహి మా । శుక్రేణ దేవదీద్యత్ । అగ్నే క్రత్వా క్రతూఀరను । యత్తే పవిత్రమర్చిషి । అగ్నే వితతమన్తరా । బ్రహ్మ తేన పునీమహే ॥ ఉభాభ్యాం దేవసవితః । పవిత్రేణ సవేన చ । ఇదం బ్రహ్మ పునీమహే । వైశ్వదేవీ పునతీ దేవ్యాగాత్ । యస్యై బహ్వీస్తనువో వీతపృష్ఠాః । తయా మదన్తః సధమాద్యేషు । వయఀ స్యామ పతయో రయీణామ్ । వైశ్వానరో రశ్మిభిర్మా పునాతు । వాతః ప్రాణేనేషిరో మయో భూః । ద్యావాపృథివీ పయసా పయోభిః । ఋతావరీ యజ్ఞియే మా పునీతామ్ ।

బృహద్భి స్సవితస్తృభిః । వర్షిష్ఠై ర్దేవమన్మభిః । అగ్నే దక్షైః పునాహి మా । యేన దేవా అపునత । యేనాపో దివ్యంకశః । తేన దివ్యేన బ్రహ్మణా । ఇదం బ్రహ్మపునీమహే । యః పావమానీరధ్యేతి । ఋషిభిస్సంభృతꣳ రసమ్ । సర్వꣳస పూతమశ్నాతి । స్వదితం మాతరిశ్వనా । పావమానీర్యో అధ్యేతి। ఋషిభిస్సంభృతꣳ రసమ్ । తస్మై సరస్వతీ దుహే । క్షీరꣳ సర్పిర్మధూదకమ్ ॥ పావమానీ స్వస్త్యయనీః । సుదుఘాహి పయస్వతీః । ఋషిభిస్సంభృతో రసః । బ్రాహ్మణేష్వమృతꣳ హితమ్ ॥ పావమానీర్దిశన్తు నః । ఇమం లోకమథో అముమ్। కామాన్ సమర్ధయన్తు నః । దేవీర్దేవైః సమాభృతాః । పావమానీస్స్వస్త్యయ నీః । సుదుఘాహి ఘృతశ్చ్యుతః। ఋషిభిః సంభృతో రసః । బ్రాహ్మణేష్వమృతꣳహితమ్ । యేన దేవాః పవిత్రేణ । ఆత్మానం పునతే సదా । తేన సహస్రధారేణ । పావమాన్యః పునన్తు మా । ప్రాజాపత్యం పవిత్రమ్ । శతోద్యామꣳహిరణ్మయమ్ । తేన బ్రహ్మ విదో వయమ్ । పూతం బ్రహ్మ పునీమహే । ఇన్ద్రస్సునీతీ సహమాపునాతు । సోమస్స్వస్త్యా వరుణస్సమీచ్యా । యమో రాజా ప్రమృణాభిః

పునాతు వా । జాతవేదా వైార్జయన్త్యా పునాతు । భూర్భువస్సువః ॥

తచ్ఛం యోరావృణీమహే । గాతుం యజ్ఞాయ । గాతుం యజ్ఞపతయే । దైవీస్స్వస్తిరస్తు నః । స్వస్తిర్మానుషేభ్యః । ఊర్ధ్వం జిగాతు భేషజమ్ । శన్నో అస్తు ద్విపదే । శం చతుష్పదే । ఓం శాన్తిః శాన్తిః శాన్తిః ॥ ॥ ఇతి పవమాన సూక్తమ్ ॥

ధూపమన్త్రః

ధూరసి ధూర్వధూర్వన్తం ధూర్వతం యోస్మాన్ ధూర్వతి తం ధూర్వయం వయం ధూర్వావస్త్వం దేవానావసి-సస్నితమమ్-పప్రితమం జుష్టతమం-వహ్నితమమ్-దేవహూతమం అహ్రుతమసి-హవిర్ధానం దృꣳహస్వ -మాహ్వార్మిత్రస్యత్వా- చక్షుషా-ప్రేక్షే-మాభేర్మా-సంవిక్తా-మాత్వాహిꣳసిషం ॥

దీపమన్త్రః

ఉద్దీప్యస్వ జాతవేదోపఘ్నన్ నిరృుతిం మమ । పశూꣳశ్చ -మహ్యమావహ జీవనం చ దిశోదిశ । మానోహిꣳసీత్ జాతవేదో గామశ్వం-పురుషంజగత్ । అభిభ్రదగ్న ఆగహి శ్రియామా పరిపాతయ ॥

నైవేద్య మన్త్రః

మధువాతా ఋతాయతే మధుక్షరన్తి సిన్ధవః । మాధ్వీర్న స్సన్త్వోషధీః-మధునక్తముతోషసి మధుమత్పార్థివ గ్‍ం రజః। మధుద్యౌరస్తు నః పితా । మధుమాన్నో వనస్పతిర్మధుమా గ్‍ం -అస్తుసూర్యః । మాధ్వీర్గావో భవన్తు నః । మధు-మధు-మధు ।

25. సప్రథసభాం మే గోపాయ । యే చ సభ్యాస్సభాసదః। తానిన్ద్రియావతః కురు । సర్వమాయురుపాసతాం- అహేర్బుధ్నియమన్త్రం మే గోపాయ ॥ యమృషయ-స్త్రయి విదా విదుః । ఋచస్సామానియజూ గ్‍ంషి । సా హి శ్రీరమృతాసతాం ॥

26. అక్షీభ్యాం సూక్తమ్

ఋగ్వేదః మం - 10, సూ-163, ఋషిః
వివృహా కాశ్యపః యక్ష్మనాశనమ్ అనుష్టుప్

అక్షీభ్యాం తే నాసికాభ్యాం కర్ణాభ్యాం ఛుబుకాదధి ।
యక్ష్మం శీర్షణ్యం మస్తిష్కా జ్జిహ్వాయా వి వృహామితే 1

గ్రీవాభ్యస్త ఉష్ణిహాభ్యః కీకసాభ్యో అనూక్యాత్ ।
యక్ష్మం దోషణ్యంఽ మంసాభ్యాం బాహుభ్యాం వి వృహామితే॥
2

ఆన్త్రేభ్యస్తే గుదాభ్యో వనిష్ఠోర్హృదయాదధి ।
యక్ష్మం మతస్నాభ్యాం యక్నః ప్లాశిభ్యో వి వృహామి తే॥3

ఊరుభ్యాం తే అష్ఠీవద్భ్యాం పార్ష్ణిభ్యాం ప్రపదాభ్యామ్।
యక్ష్మం శ్రోణిభ్యాం భాసదాద్భంససో వి వృహామి తే ॥ 4
మేహనాద్వనంకరణాల్లోమభ్యస్తే నఖేభ్యః ।
యక్ష్మం సర్వస్మాదాత్మనస్తమిదం వి వృహామి తే॥ 5

అఙ్గాదఙ్గాల్లోమ్నో లోమ్నో జాతం పర్వణి పర్వణి।
యక్ష్మం సర్వస్మాదాత్మనస్తమిదం వి వృహామి తే ॥ 6

॥ఓం శాన్తిః శాన్తిః శాన్తిః ॥

27.అగ్నిసూక్తమ్

ఋగ్వేదసంహితా మణ్డలమ్ - 10 అష్టకమ్ - 8 సూక్తమ్ - 80

అగ్నిః సప్తిం వాజంభరం దదాత్యగ్నిర్వీరం శ్రుత్యం కర్మనిష్ఠామ్। అగ్ని రోదసీ వి చరత్ సమఞ్జన్నగ్నిర్నారిం వీరకుక్షిం పురంధిమ్ ॥ 1

అ॒గ్నేరప్న॑సః స॒మిద॑స్తు భ॒ద్రాగ్నిర్మ॒హీ రోద॑సీ॒ ఆ వి॑వేశ। అ॒గ్నిరేకం॑
చోదయత్ స॒మ-త్స్వ॒గ్నిర్వృ॒త్రాణి॑ దయతే పు॒రూణి॑ ॥ 2

అ॒గ్నిర్హ॒ త్యం జర॑త॒ః కర్ణ॑మావా॒ఽగ్ని-ర॒ద్భ్యో నిర॑దహ॒ -
జ్జరూ॑థమ్। అ॒గ్నిరత్రిం॑ ఘ॒ర్మ ఉ॑రుష్యద॒న్త-ర॒గ్నిర్నృ॒మేధం॑
ప్ర॒జయా॑సృజ॒త్ సమ్ ॥ 3

అ॒గ్నిర్దా॒ద్- ద్రవి॑ణం వీ॒రపే॑శా అ॒గ్నిరృషిం॒ యః స॒హస్రా॑ స॒నోతి॑।
అ॒గ్నిర్ది॒వి హ॒వ్యమా త॑తానా॒ఽగ్నేర్ధామా॑ని॒ విభృ॑తా పురు॒త్రా
॥ 4

అ॒గ్నిమ॒క్థైరృష॑యో॒ వి హ్వ॑యన్తే॒ఽగ్నిం నరో॒ యామ॑ని
బాధి॒తాస॑ః। అ॒గ్నిం వయో॑ అ॒న్తరి॑క్షే పత॑న్త్య॒గ్నిః స॒హస్రా॒ పరి॑
యాతి॒ గోనా॑మ్॥ 5

అ॒గ్నిం విశ॑ ఈళతే॒ మాను॑షీ॒ర్యా అ॒గ్నిం మను॑షో॒ నహు॑షో॒
వి జా॒తాః। అ॒గ్నిర్గాన్ధ॑ర్వీం ప॒థ్యా॑మృతస్యా॒ఽగ్నేర్గవ్యూ॑తిర్ఘృ॒త
ఆ నిష॑త్తా ॥ 6

అగ్నయే బ్రహ్మ ఋభవస్తతక్షు-రగ్నిం మహామవోచామహా

సువృక్తిమ్ । అగ్నే ప్రావ జరితారం యవిష్ఠాఽగ్నే మహి

ద్రవిణమా యజస్వ ॥ 7

॥ ఓం శాన్తిః శాన్తిః శాన్తిః ॥

28. గణపత్యథర్వశీర్షోపనిషత్

ఓం భద్రం కర్ణేభిః శ్రృణుయామ దేవాః । భద్రం పశ్యేమాక్షభిర్యజత్రాః । స్థిరైరఙ్గైస్తుష్టువాꣳ సస్తనూభిః । వ్యశేమ దేవహితం యదాయుః । స్వస్తి న ఇన్ద్రో వృద్ధశ్రవాః । స్వస్తి నః పూషా విశ్వవేదాః । స్వస్తి నస్తార్క్ష్యో అరిష్టనేమిః । స్వస్తి నో బృహస్పతిర్దధాతు ॥ ఓం శాన్తిః శాన్తిః శాన్తిః ॥

ఓం నమస్తే గణపతయే । త్వమేవ ప్రత్యక్షం తత్త్వమసి। త్వమేవ కేవలం కర్తాఽసి । త్వమేవ కేవలం ధర్తాఽసి। త్వమేవ కేవలం హర్తాఽసి । త్వమేవ సర్వం ఖల్విదం బ్రహ్మాసి। త్వం సాక్షాదాత్మాఽసినిత్యమ్ ॥ 1

ఋతం వచ్మి । సత్యం వచ్మి ॥ 2

అవ త్వం మామ్ । అవ వక్తారమ్ । అవ శ్రోతారమ్। అవ దాతారమ్ । అవ ధాతారమ్ । అవానూచానమవ శిష్యమ్। అవ పురస్తాత్ । అవ దక్షిణాత్తాత్ । అవ పశ్చాత్తాత్ । అవోత్తరాత్తాత్। అవచోర్ధ్వాత్తాత్ । అవాధరాత్తాత్ । సర్వతో మాం పాహి పాహి సమన్తాత్ ॥ 3

త్వం వాఙ్మయస్త్వం చిన్మయః । త్వమానన్దమయస్త్వం బ్రహ్మమయః । త్వం సచ్చిదానన్దాఽద్వితీయోఽసి । త్వం ప్రత్యక్షం బ్రహ్మాసి। త్వం జ్ఞానమయో విజ్ఞానమయోఽసి॥ 4

సర్వం జగదిదం త్వత్తో జాయతే । సర్వం జగదిదం త్వత్తస్తిష్ఠతి । సర్వం జగదిదం త్వయి లయమేష్యతి । సర్వం జగదిదం త్వయి ప్రత్యేతి । త్వం భూమిరాపోఽనలోఽనిలో నభః । త్వం చత్వారి వాక్పదాని ॥ 5

త్వం గుణత్రయాతీతః । త్వం దేహత్రయాతీతః । త్వం కాలత్రయాతీతః । త్వం మూలాధారస్థితోఽసినిత్యమ్ । త్వంశక్తి-త్రయాత్మకః । త్వాం యోగినో ధ్యాయన్తి నిత్యమ్ । త్వం బ్రహ్మా త్వం విష్ణుస్త్వం రుద్రస్త్వమిన్ద్రస్త్వమగ్నిస్త్వం

వాయుస్త్వం సూర్యస్త్వం చన్ద్రమాస్త్వం బ్రహ్మ భూర్భువః స్సువరోమ్ ॥ 6

గణాదిం పూర్వముచ్చార్య వర్ణాదీం స్తదనన్తరమ్ । అనుస్వారః పరతరః । అర్ధేన్దులసితమ్తథా । తారేణఋద్ధమ్। ఏతత్తవ మనుస్వరూపమ్ । గకారః పూర్వరూపమ్ । అకారో మధ్యమరూపమ్ । అనుస్వారశ్చాన్త్యరూపమ్ । బిన్దురుత్తరరూపమ్। నాదః సన్ధానమ్ । సꣳహితా సన్ధిః । సైషా గణేశవిద్యా। గణక ఋషిః। నిచృద్గాయత్రీచ్ఛన్దః । గణపతిర్దేవతా । ఓం గం-గణపతయే నమః ॥ 7

ఏకదన్తాయ విద్మహే వక్రతుణ్డాయ ధీమహి । తన్నో దన్తిః ప్రచోదయాత్॥ 8

ఏకదన్తం చతుర్హస్తం పాశమఙ్కుశధారిణమ్ । రదం చ వరదం హస్తైర్బిభ్రాణం మూషకధ్వజమ్ ॥ రక్తం లమ్బోదరం శూర్పకర్ణకం రక్తవాససమ్ । రక్తగన్ధానులిప్తాఙ్గం రక్తపుష్పైః సుపూజితమ్ ॥ భక్తానుకమ్పినం దేవం జగత్కారణ మచ్యుతమ్। ఆవిర్భూతం చ సృష్ట్యాదౌ ప్రకృతేః పురుషాత్పరమ్॥ ఏవం ధ్యాయతి యో నిత్యం స యోగీ యోగినాం వరః ॥ 9

నమో వ్రాతపతయే నమో గణపతయే నమః ప్రమథ పతయే నమస్తేఽస్తు లమ్బోదరాయ ఏకదన్తాయ విఘ్నవినాశినే శివ సుతాయ శ్రీవరదమూర్తయే నమో నమః॥ 10

ఏతదథర్వశీర్షం యోఽధీతే స బ్రహ్మభూయాయ కల్పతే। స సర్వవిఘ్నైర్న బాధ్యతే । స సర్వత్ర సుఖమేధతే । స పఞ్చమహాపాపాత్ ప్రముచ్యతే । సాయమధీయానో దివసకృతం పాపం నాశయతి । ప్రాతరధీయానో రాత్రికృతం పాపం నాశయతి। సాయం ప్రాతః ప్రయుఞ్జానోఽపాపో భవతి । సర్వత్రాధీయానోఽపవిఘ్నో భవతి । ధర్మార్థకామమోక్షం చ విన్దతి।

ఇదమథర్వశీర్షమశిష్యాయ న దేయమ్। యో యది మోహాత్ దాస్యతి స పాపీయాన్ భవతి । సహస్రావర్తనాద్యం యం కామమధీతే తం తమనేన సాధయేత్ ॥ 11

అనేన గణపతిమభిషిఞ్చతి । స వాగ్మీ భవతి । చతుర్థ్యా-మనశ్నన్ జపతి స విద్యావాన్ భవతి । ఇత్యథర్వణవాక్యమ్ । బ్రహ్మాద్యావరణం విద్యాన్న బిభేతి కదాచనేతి ॥ 12

యో దూర్వాఙ్కురైర్యజతి స వైశ్రవణోపమో భవతి । యో లాజైర్యజతి స యశోవాన్ భవతి । స మేధావాన్ భవతి। యో మోదకసహస్రేణ యజతి స వాఞ్ఛిత-ఫలమవాప్నోతి।

యః సాజ్యసమిద్భిర్యజతి స సర్వం లభతే స సర్వం లభతే ॥ 13

అష్టౌ బ్రాహ్మణాన్ సమ్యగ్ గ్రాహయిత్వా సూర్యవర్చస్వీ భవతి । సూర్యగ్రహే మహానద్యాం ప్రతిమాసన్నిధౌ వా జప్త్వాసిద్ధమన్త్రో భవతి । మహావిఘ్నాత్ ప్రముచ్యతే । మహాదోషాత్ ప్రముచ్యతే । మహాప్రత్యవాయాత్ ప్రముచ్యతే। స సర్వవిద్ భవతి స సర్వవిద్ భవతి । య ఏవం వేద । ఇత్యుపనిషత్ ॥ 14

ఓం శాన్తిః శాన్తిః శాన్తిః

29. మన్త్రపుష్పమ్

ఓం ॥ యోఽపాం పుష్పం వేద । పుష్పవాన్ ప్రజావాన్ పశుమాన్ భవతి । చన్ద్రమా వా అపాం పుష్పమ్ । పుష్పవాన్ ప్రజావాన్ పశుమాన్ భవతి। య ఏవం వేద । యోఽపామాయతనం వేద। ఆయతనవాన్ భవతి । అగ్నిర్వా అపామాయతనమ్ । ఆయతనవాన్ భవతి । యోఽగ్నేరాయతనం వేద॥

ఆయతనవాన్ భవతి । ఆపో వా అగ్నేరాయతనమ్। ఆయతనవాన్ భవతి। య ఏవం వేద। యోఽపామాయతనం

వేద । ఆయతనవాన్ భవతి । వాయుర్వా అపామాయ తనమ్ । ఆయతనవాన్ భవతి । యో వాయోరాయతనం వేద। ఆయతనవాన్ భవతి ।

ఆపో వై వాయోరాయతనమ్ । ఆయతనవాన్ భవతి। య ఏవం వేద । యోఽపామాయతనం వేద । ఆయతనవాన్ భవతి । అసౌ వై తపన్నపామాయతనమ్ । ఆయతనవాన్ భవతి। యోఽముష్య తపత ఆయతనం వేద । ఆయతనవాన్ భవతి। ఆపో వా అముష్య తపత ఆయతనమ్ ॥

ఆయతనవాన్ భవతి। య ఏవం వేద। యోఽపామాయతనం వేద । ఆయతనవాన్ భవతి । చన్ద్రమా వా అపామాయతనమ్ । ఆయతనవాన్ భవతి । యశ్చన్ద్రమస ఆయతనం వేద । ఆయతనవాన్ భవతి । ఆపో వై చన్ద్రమస ఆయతనమ్ । ఆయతనవాన్ భవతి ॥

య ఏవం వేద । యోఽపామాయతనం వేద। ఆయతనవాన్ భవతి । నక్షత్రాణి వా అపామాయతనమ్ । ఆయతనవాన్ భవతి । యో నక్షత్రాణామాయతనం వేద । ఆయతనవాన్ భవతి । ఆపో వై నక్షత్రాణామాయతనమ్ । ఆయతనవాన్ భవతి । య ఏవం వేద ॥

యోఽపామాయతనం వేద । ఆయతనవాన్ భవతి । పర్జన్యో వా అపామాయతనమ్ । ఆయతనవాన్ భవతి । యః పర్జన్యస్యాయతనం వేద । ఆయతనవాన్ భవతి । ఆపో వై పర్జన్యస్యాఽఽయతనమ్ । ఆయతనవాన్ భవతి । య ఏవం వేద । యోఽపామాయతనం వేద ॥

ఆయతనవాన్ భవతి । సంవత్సరో వా అపామాయతనమ్ । ఆయతనవాన్ భవతి । యస్సంవత్సరస్యాయతనం వేద । ఆయతనవాన్ భవతి । ఆపో వై సంవత్సరస్యాయతనమ్। ఆయతనవాన్ భవతి । య ఏవం వేద । యోఽఽప్సు నావం ప్రతిష్ఠితాం వేద । ప్రత్యేవ తిష్ఠతి ॥

ఓం రాజాధిరాజాయ ప్రసహ్యసాహినే । నమో వయం వైశ్రవణాయ కుర్మహే । స మే కామాన్కామకామాయ మహ్యమ్। కామేశ్వరో వైశ్రవణో దదాతు । కుబేరాయ వైశ్రవణాయ । మహారాజాయ నమః ।

ఓం తద్ బ్రహ్మ। ఓం తద్వాయుః । ఓం తదాత్మా । ఓం తత్సత్యమ్ । ఓం తత్సర్వమ్ । ఓం తత్పురోర్నమః । అన్తశ్చరతి భూతేషు గుహాయాం విశ్వమూర్తిషు । త్వం యజ్ఞస్త్వం

వషట్కారస్త్వమిన్ద్రస్త్వꣳ రుద్రస్త్వం విష్ణుస్త్వం బ్రహ్మ త్వం ప్రజాపతిః । త్వం తదాప ఆపో జ్యోతీ రసోఽమృతం బ్రహ్మ భూర్భువస్సువరోమ్ ॥

30. అరుణప్రశ్నః

తైత్తిరీయారణ్యకమ్

ఓం భద్రం కర్ణేభిశ్శృణుయామ దేవాః । భద్రం పశ్యేమాక్షభిర్యజత్రాః।స్థిరైరఙ్గైస్తుష్టువాꣳసస్తనూభిః ।వ్యశేమ దేవహితం యదాయుః । స్వస్తి న ఇన్ద్రో వృద్ధశ్రవాః । స్వస్తి నః పూషా విశ్వవేదాః।స్వస్తి నస్తార్క్ష్యో అరిష్టనేమిః । స్వస్తి నో బృహస్పతిర్దధాతు ॥ ఓం శాన్తిః శాన్తిః శాన్తిః ॥

ఓం । భద్రం కర్ణేభిః శ్రృణుయామ దేవాః । భద్రం పశ్యేమాక్షభిర్యజత్రాః। స్థిరైరఙ్గైస్తుష్టువాꣳసస్తనూభిః। వ్యశేమ దేవహితం యదాయుః । స్వస్తి న ఇన్ద్రో వృద్ధశ్రవాః। స్వస్తి నః పూషా విశ్వవేదాః । స్వస్తి నస్తార్క్ష్యో అరిష్టనేమిః । స్వస్తి నో బృహస్పతిర్దధాతు। ఆపమాపామప స్సర్వాః ।అస్మాదస్మాదితో ఽముతః ॥ 1

అగ్నిర్వాయుశ్చ సూర్యశ్చ । సహ సంచస్కరర్ధియా । వాయ్వశ్వా రశ్మిపతయః । మరీచ్యాత్మానో అద్రుహః ।

దేవీర్భువనసూవరీః । పుత్రవత్వాయ మే సుత మహానామ్నీ
ర్మహామానాః । మహసో మహసస్స్వః । దేవీః పర్జన్యసూవరీః ।
పుత్రవత్వాయ మే సుత ॥ 2

అపాశ్న్యృష్ణిమపా రక్షః । అపాశ్న్యృష్ణిమపారఘమ్ ।
అపాఘ్రుమపచావర్తిమ్ । అపదేవీరితో హిత । వజ్రం
దేవీరజీతాꣳశ్చ । భువనం దేవసూవరీః । ఆదిత్యానదితిం
దేవీమ్ । యోనినోర్ధ్వముదీషత । శివానశ్శన్తమా భవన్తు ।
దివ్యా అప ఓషధయః । సుమృడీకా సరస్వతి । మా తే వ్యోమ
సందృశి ॥ 3

స్మృతిః ప్రత్యక్షమైతిహ్యమ్ । అనుమానశ్చతుష్టయమ్ ।
ఏతైరాదిత్యమణ్డలమ్ । సర్వైరేవ విధాస్యతే । సూర్యో
మరీచిమాదత్తే । సర్వస్మాద్భువనాదధి । తస్యాః పాకవిశేషేణ ।
స్మృతం కాలవిశేషణమ్ । నదీవ ప్రభవాత్కాచిత్ । అక్షయ్యా
త్స్యన్దతే యథా ॥ 4

తాన్నద్యోఽభిసమాయన్తి । సోరుస్సతీ న నివర్తతే
ఏవన్నానాసముత్థానాః । కాలాస్సంవత్సరꣳ శ్రితాః । అణుశశ్చ
మహశశ్చ । సర్వే సమవయన్త్రితమ్ । సతైస్సర్వైస్సమావిష్టః ।
ఊరుస్సన్ననివర్తతే । అధిసంవత్సరం విద్యాత్ । తదేవ లక్షణే ॥

అణుభిశ్చ మహద్భిశ్చ । సమారూఢః ప్రదృశ్యతే ।
సంవత్సరః ప్రత్యక్షేణ । నాధిసత్వః ప్రదృశ్యతే । పటరో విక్లిధః
పింగః । ఏతద్వరుణలక్షణమ్ । యత్రైతదుపదృశ్యతే । సహస్రం
తత్ర నీయతే । ఏకꣳహి శిరో నానా ముఖే । కృత్స్నం
తదృతులక్షణమ్ ॥ 6

ఉభయతస్సప్తేంద్రియాణి । జల్పితం త్వేవ దిహ్యతే ॥ శుక్ల
కృష్ణే సంవత్సరస్య । దక్షిణవామయోః పార్శ్వయోః । తస్యైషా
భవతి । శుక్రం తే అన్యద్యజతం తే అన్యత్ । విషురూపే అహనీ
ద్యౌరివాసి । విశ్వా హి మాయా అవసి స్వధావః । భద్రా తే
పూషన్నిహ రాతిరస్త్వితి । నాత్ర భువనమ్ । న పూషా । న
పశవః । నాదిత్యస్సంవత్సర ఏవ ప్రత్యక్షేణ ప్రియతమం విద్యాత్ ।
ఏతద్వై సంవత్సరస్య ప్రియతమꣳరూపమ్ । యోఽస్య
మహానర్థ ఉత్పత్స్యమానో భవతి । ఇదం పుణ్యం కురుష్వేతి ।
తమాహరణం దద్యాత్ ॥ 7

సాకంజానాగ్ం సప్తథమాహురేకజమ్ । షడుద్యమా
ఋషయో దేవజా ఇతి । తేషామిష్టాని విహితాని ధామశః ।
స్థాత్రే రేజన్తే వికృతాని రూపశః । కో ను మర్యా అమిథితః ।
సఖా సఖాయమబ్రవీత్ । జహాకో అస్మ దీషతే । యస్తిత్యాజ

సఖివిదగ్ం సఖాయమ్ । న తస్య వాచ్యపి భాగో అస్తి । యదీగ్ం
శృణోత్యలకగ్ం శృణోతి ॥ 8

న హి ప్రవేద సుకృతస్య పన్థామితి। ఋతుఋతునా
నుద్యమానః । విననాదాభిధావః । షష్టిశ్చ త్రిగ్ంశకా వల్గాః ।
శుక్లకృష్ణౌ చ షాష్టికౌ । సారాగవస్త్రైర్జరదక్షః । వసన్తో వసుభిస్సహ
సంవత్సరస్య సవితుః। ప్రైషకృత్ప్రథమః స్మృతః । అమూనాద
యతేత్యన్యాన్ ॥ 9

అమూగ్ంశ్చ పరిరక్షతః । ఏతా వాచః ప్రయుజ్యన్తే ।
యత్రైత-దృపదృశ్యతే ఏతదేవ విజానీయాత్ । ప్రమాణం
కాలపర్యయే । విశేషణం తు వక్ష్యామః । ఋతూనాం
తన్నిబోధత। శుక్లవాసా రుద్రగణః । గ్రీష్మేణాఽఽవర్తతే సహ।
నిజహన్ పృథివీగ్ం సర్వామ్ ॥ 10

జ్యోతిషాఽప్రతిఖ్యేన సః । విశ్వరూపాణి వాసాగ్ంసి।
ఆదిత్యానాం నిబోధత । సంవత్సరీణం కర్మఫలమ్ । వర్షాభిర్దదతాగ్ం
సహ । అదుఃఖో దుఃఖచక్షురివ। తద్మాఽపీత
ఇవ దృశ్యతే । శీతేనావ్యథయన్నివ । రురుదక్ష ఇవ దృశ్యతే
హ్లాదయతే జ్వలతశ్చైవ । శామ్యతశ్చాస్య చక్షుషీ। యావై ప్రజా

భ్రశ్యన్తే । సంవత్సరాత్తా భ్రశ్యంతే। యాఃప్రతితిష్ఠన్తి।
సంవత్సరే తాః ప్రతితిష్ఠన్తి। వర్షాభ్య ఇత్యర్థః ॥ 11

అక్షిదుఃఖోత్థితస్యైవ। విప్రసన్నే కనీనికే । ఆంక్తేచాద్గణం
నాస్తి । ఋభూణాం తన్నిబోధత । కనకాభానివాసాऽऽసి ।
అహతాని నిబోధత । అన్నమశ్నీత మృజ్మీత । అహం వో జీవన
ప్రదః । ఏతా వాచః ప్రయుజ్యన్తే । శరద్యత్రోపదృశ్యతే॥ 12

అభిధూన్వన్తోఽభిఘ్నన్త ఇవ । వాతవన్తో మరుద్గణాః।
అముతో జేతుమిషుముఖమివ । సన్నద్ధాస్సహ దదృశే హ ।
అపధ్వస్తైర్వస్తి-వర్ణైరివ । విశిఖాసః కపర్దినః । అక్రుద్ధస్య
యోత్స్యమానస్య । క్రుద్ధస్యేవ లోహినీ । హేమతశ్చక్షుషీ
విద్యాత్। అక్ష్ణయోః క్షిపణోరివ ॥ 13

దుర్భిక్షం దేవలోకేషు । మనూనాముదకం గృహే । ఏతా
వాచః ప్రవదన్తీః । వైద్యుతో యాన్తి శైశిరీః । తా అగ్నిః పవమానా
అన్వైక్షత । ఇహ జీవికామపరిపశ్యన్ । తస్యైషా భవతి । ఇహేహ
వస్స్వతపసః । మరుతస్సూర్యత్వచః । శర్మ సప్రథా
ఆవృణే ॥ 14

అతితామ్రాణి వాసాꣳసి । అష్టివజ్రిశతఘ్నీ చ । విశ్వే
దేవా విప్రహరన్తి । అగ్నిజిహ్వా అసశ్చత । నైవ దేవో న మర్త్యః ।
న రాజా వరుణో విభుః । నాగ్నిర్నేన్ద్రో న పవమానః ।
మాతృక్కచ్చన విద్యతే । దివ్యస్యైకా ధనురార్త్నిః ।
పృథివ్యామపరాశ్రితా ॥ 15

తస్యేన్ద్రో వమ్రిరూపేణ । ధనుర్జ్యామచ్ఛినత్స్వయమ్ ।
తదిన్ద్రధను రిత్యజ్యమ్ । అభ్రవర్ణేషు చక్షతే । ఏతదేవ
శంయోర్బార్హస్పత్యస్య । ఏతద్రుద్రస్య ధనుః । రుద్రస్య త్వేవ
ధనురార్త్నిః । శిర ఉత్పిపేష । స ప్రవర్గ్యోఽభవత్ । తస్మాద్యస్స
ప్రవర్గ్యేణ యజ్ఞేన యజతే । రుద్రస్య స శిరః ప్రతిదధాతి ।
నైనఽరుద్ర ఆరుకో భవతి । య ఏవం వేద ॥ 16

అతహ్యూర్ధ్వక్షోఽతిరశ్చాత్ । శిశిరః ప్రదృశ్యతే । నైవ
రూపం న వాసాꣳసి । న చక్షుః ప్రతిదృశ్యతే । అన్యోన్యం తు
న హిꣳస్రాతః । సతస్తద్దేవలక్షణమ్ । లోహితోఽక్ష్ణి శారశీర్ష్ణిః ।
సూర్యస్యోదయనం ప్రతి । త్వం కరోషిన్యఞ్జలికామ్ । త్వం కరోషి
నిజానుకామ్ ॥ 17

నిజానుకామేన్యఞ్జలికా । అమీ వాచముపాసతామితి ।
తస్మై సర్వ ఋతవో నమన్తే । మర్యాదాకరత్వాత్ప్రపురోధామ్ ।

బ్రాహ్మణ ఆప్నోతి । య ఏవం వేద । స ఖలు సంవత్సర ఏతైస్సేనానీభిస్సహ। ఇన్ద్రాయ సర్వాన్కామానభివహతి । స ద్రప్సః। తస్యైషా భవతి ॥ 18

అవద్రప్సో అంశుమతీమతిష్ఠత్। ఇయానః కృష్ణోదశభి-స్సహస్రైః । ఆవర్తమిన్ద్రః శచ్యా ధమన్తమ్ । ఉపస్నుహి తం నృమణామథద్రామితి । ఏతయైవేన్ద్ర స్సలావృక్యా సహ। అసురాన్ పరివృశ్చతి । పృథివ్యంశుమతీ । తామన్వవస్థితః సంవత్సరో దివం చ । నైవం విదుషాఽఽచార్యాన్తేవాసినౌ । అన్యోన్యస్మైద్రుహ్యాతామ్। యో ద్రుహ్యతి। భ్రశ్యతేస్వర్గాల్లోకాత్। ఇత్యృతుమణ్డలాని । సూర్యమణ్డలాన్యాఖ్యాయికాః । అత ఊర్ధ్వꣳసనిర్వచనాః ॥ 19

ఆరోగోభ్రాజః పటరః పతంగః । స్వర్ణరో జ్యోతిషీమాన్ విభాసః । తే అస్మై సర్వే దివమాతపన్తి । ఊర్జం దుహానా అనపస్ఫురన్త ఇతి । కశ్యపోఽష్టమః । స మహామేరుం న జహాతి । తస్యైషా భవతి । యత్తే శిల్పంకశ్యప రోచనావత్ । ఇన్ద్రియావత్పుష్కలం చిత్రభాను । యస్మిన్సూర్యా అర్పితాస్సప్త సాకమ్ ॥ 20

తస్మిన్ రాజానమధివిశ్రయేవమితి । తే అస్మై సర్వే కశ్యపాజ్జ్యోతిర్లభన్తే । తాన్సోమః కశ్యపాదధినిర్ద్ధమతి। భ్రస్తాకర్మకృదివైవమ్ । ప్రాణో జీవానీన్ద్రియజీవాని । సప్త శీర్షణ్యాః ప్రాణాః । సూర్యా ఇత్యాచార్యాః । అపశ్యమహమేతాన్త్సప్త సూర్యానితి । పఞ్చకర్ణో వాత్స్యాయనః । సప్తకర్ణశ్చ ప్లాక్షిః ॥ 21

ఆనుశ్రవిక ఏవ నౌ కశ్యప ఇతి । ఉభౌవేదయితే । న హి శేకుమివ మహామేరుం గన్తుమ్ । అపశ్యమహమేతత్సూర్యమణ్డలం పరివర్తమానమ్ । గార్గ్యః ప్రాణత్రాతః । గచ్ఛన్త మహామేరుమ్। ఏకం చాజహతమ్ । భ్రాజపటరపతఙ్గ నిహనే । తిష్ఠన్నాతపన్తి । తస్మాదిహ తప్త్రితపాః ॥ 22

అముత్రేతరే । తస్మాదిహాతప్త్రితపాః । తేషామేషా భవతి। సప్త సూర్యా దివమనుప్రవిష్టాః । తానన్వేతి పథిభిర్దక్షిణావాన్। తే అస్మై సర్వే ఘృతమాతపన్తి । ఊర్జం దుహానా అనపస్ఫురన్త ఇతి । సప్తర్త్విజ స్సూర్యా ఇత్యాచార్యాః తేషామేషా భవతి । సప్త దిశో నానాసూర్యాః ॥ 23

సప్త హోతార ఋత్విజః । దేవా ఆదిత్యా యే సప్త । తేభిస్సోమాభీరక్షణ ఇతి । తదప్యామ్నాయః । దిగ్భ్రాజ ఋతూ

న్కరోతి । ఏతయైవావృతా సహస్రసూర్యతాయా ఇతి
వైశం పాయనః । తస్యైషా భవతి । యద్ద్యావ ఇన్ద్ర తే శతꣳశతం
భూమీః । ఉతస్యుః నత్వా వజ్రిన్ సహస్రꣳం సూర్యాః॥ 24

అనునజాతమష్ట రోదసీ ఇతి । నానాలింగత్వాదృతూనాం
నానాసూర్యత్వమ్ । అష్టౌ తు వ్యవసితా ఇతి । సూర్యమణ్డలా
న్యష్టాత ఊర్ధ్వమ్ । తేషామేషా భవతి । చిత్రందేవానాము
దగాదనీకమ్ । చక్షుర్మిత్రస్య వరుణస్యాగ్నేః । ఆప్రా ద్యావాపృథివీ
అన్తరిక్షమ్ ॥ సూర్య ఆత్మా జగతస్తస్థుషశ్చేతి ॥ 25

క్వేదమభ్రన్నివిశతే ।క్వాయుꣳసంవత్సరో మిథః।
క్వాహః క్వేయన్దేవరాత్రీ । క్వ మాసా ఋతవః శ్రితాః।
అర్ధమాసా ముహూర్తాః । నిమేషాస్త్రుటిభిస్సహ । క్వేమా ఆపో
నివిశన్తే । యదీతో యాన్తి సంప్రతి। కాలా అప్సునివిశన్తే ।
ఆపస్సూర్యే సమాహితాః ॥ 26

అభ్రాణ్యపః ప్రపద్యన్తే । విద్యుత్సూర్యే సమాహితా।
అనవర్ణే ఇమే భూమీ । ఇయం చాఽసౌ చ రోదసీ ।
కిꣳస్విదత్రాన్తరా భూతమ్ । యేనేమే విధృతే ఉభే ।
విష్ణునా విధృతే భూమీ । ఇతి వత్సస్య వేదనా । ఇరావతీ ధేనుమతీ
హి భూతమ్ । సూయవసినీ మనుషే దశస్యే ॥ 27

వృష్టిభ్యాన్ద్రోదసీ విష్ణవేతే । దాధర్థ పృథివీమభితో మయూఖైః । కిన్తద్విష్ణోర్బలమాహుః । కా దీప్తిఃకిం పరాయణమ్। ఏకో యద్ధారయద్దేవః । రేజతీ రోదసీ ఉభే । వాతాద్విష్ణో ర్బలమాహుః । అక్షరాద్దీప్తిరుచ్యతే । త్రిపదాద్ధారయద్దేవః । యద్విష్ణో రేకముత్తమమ్ ॥ 28

అగ్నయో వాయవశ్చైవ । ఏతదస్య పరాయణమ్। పృచ్ఛామిత్వా పరం మృత్యుమ్ । అవమం మధ్యమఞ్చతుమ్ । లోకఞ్చ పుణ్యపాపానామ్ । ఏతత్పృచ్ఛామి సంప్రతి । అముమాహుఃపరం మృత్యుమ్ । పవమానం తు మధ్యమమ్। అగ్నిరేవావమో మృత్యుః । చన్ద్రమాశ్చతురుచ్యతే ॥ 29

అనాభోగాః పరం మృత్యుమ్ । పాపాస్సంయన్తి సర్వదా। ఆభోగస్త్వేవ సంయన్తి । యత్ర పుణ్యకృతో జనాః । తతో మధ్యమమాయన్తి । చతుమగ్నిం చ సంప్రతి । పృచ్ఛామి త్వా పాపకృతః । యత్ర యాతయతే యమః । త్వన్నస్తద్ బ్రహ్మన్ ప్రబ్రూహి । యది వేత్థాఽసతో గృహాన్ ॥ 30

కశ్యపాదుదితాస్సూర్యాః । పాపాన్నిర్ఘ్నన్తి సర్వదా । రోదస్యోరన్తర్దేశేషు । తత్ర న్యస్యన్తే వాసవైః । తేఽశరీరాః

ప్రపద్యన్తే । యథాఽపుణ్యస్య కర్మణః । అపాణ్యపాదకేశాసః । తత్ర తేఽయోనిజా జనాః । మృత్వా పునర్మృత్యుమాపద్యన్తే । అద్యమానాస్స్వకర్మభిః ॥ 31

ఆశాతికాః క్రిమయ ఇవ। తతః పూయన్తే వాసవైః అపైతం మృత్యుం జయతి । య ఏవం వేద । స ఖల్వేవం విద్బ్రాహ్మణః । దీర్ఘశ్రుత్తమో భవతి । కశ్యపస్యాతిథిస్సిద్ధగమనస్సి ద్ధాగమనః । తస్యైషా భవతి । ఆ యస్మిన్సప్త వాసవాః । రోహన్తి పూర్వ్యా రుహః ॥ 32

ఋషిర్హ దీర్ఘశ్రుత్తమః । ఇన్ద్రస్య ఘర్మో అతిథిరితి । కశ్యపః పశ్యకో భవతి। యత్సర్వం పరిపశ్యతీతి సౌక్ష్మ్యాత్ । అథాగ్నేరష్టపురుషస్య । తస్యైషా భవతి । అగ్నే నయ సుపథా రాయే అస్మాన్ । విశ్వాని దేవ వయునాని విద్వాన్ । యుయోధ్యస్మ- జ్జుహురాణమేనః । భూయిష్ఠాన్తే నమ ఉక్తిం విధేమేతి ॥ 33

అగ్నిశ్చ జాతవేదాశ్చ । సహోజా అజిరాప్రభుః । వైశ్వానరో నర్యపాశ్చ । పంక్తిరాధాశ్చ సప్తమః విసర్పేవాఽష్టమోఽ గ్నీనామ్ । ఏతేఽష్టౌ వసవః క్షితాఇతి । యథర్త్వేవాగ్నేరర్చిర్వర్ణ విశేషాః । నీలార్చిశ్చ పీతకార్చిశ్చేతి । అథ వాయోరేకాదశపురు షస్యైకాదశస్త్రీకస్య । ప్రభ్రాజమానా వ్యవదాతాః । 34

యాశ్చ వాసుకివైద్యుతాః । రజతాః పరుషాః శ్యామాః।
కపిలా అతిలోహితాః । ఊర్ధ్వా అవపతన్తాశ్చ । వైద్యుత
ఇత్యేకాదశ । నైనం వైద్యుతోహినస్తి । య ఏవం వేద । స
హోవాచ వ్యాసః పారాశర్యః । విద్యుద్వధమేవాహం మృ
త్యుమైచ్ఛమితి । న త్వకామꣳహన్తి ॥ 35

య ఏవం వేద । అథ గన్ధర్వగణాః । స్వానభ్రాట్ । అఙ్ఘారి-
ర్బమ్భారిః । హస్తస్సుహస్తః । కృశానుర్విశ్వావసుః ।
మూర్ధన్వాన్ థ్సూర్యవర్చాః । కృతిరిత్యేకాదశ గన్ధర్వగణాః ।
దేవాశ్చ మహాదేవాః । రశ్మయశ్చ దేవాగరగిరః ॥ 36

నైనం గరో హినస్తి । య ఏవం వేద । గౌరీ మిమాయ
సలిలాని తక్షతీ । ఏకపదీ ద్విపదీ సా చతుష్పదీ । అష్టాపదీ
నవపదీ బభూవుషీ । సహస్రాక్షరా పరమేవ్యోమన్నితి।
వాచో విశేషణమ్ । అథనిగదవ్యాఖ్యాతాః తాననుక్రమిష్యామః।
వరాహవస్స్వతపసః ॥ 37

విద్యున్మహసో ధూపయః । శ్వాపయో గృహమేధా
శ్చేత్యేతే । యే చే మేఽశిమివిద్విషః । పర్జన్యాస్సప్త
పృథివీమభివర్షన్తి । వృష్టిభిరితి । ఏతయైవ విభక్తివిపరీతాః ।

సప్తభిర్వా త్తైరుద్దీరితాః । అమూన్లోకానభి వర్షన్తి । తేషామేషా భవతి । సమానమేతదుదకమ్ ॥ 38

ఉచ్చై త్యవచాహభిః । భూమిం పర్జన్యా జిన్వన్తి । దివం జిన్వన్త్యగ్నయ ఇతి । యదక్షరం భూతకృతమ్ । విశ్వే దేవా ఉపాసతే । మహర్షిమస్య-గోప్తారమ్ । జమదగ్నిమకుర్వత । జమదగ్నిరాప్యాయతే । ఛన్దోభిశ్చతురుత్తరైః । రాజ్ఞస్సోమస్య తృప్తాసః ॥ 39

బ్రహ్మణా వీర్యావతా । శివా నః ప్రదిశో దిశః । తచ్ఛంయోరా -వృణీమహే । గాతుం యజ్ఞాయ । గాతుం యజ్ఞపతయే । దైవీస్స్వస్తిరస్తు నః । స్వస్తిర్మానుషేభ్యః । ఊర్ధ్వం జిగాతు భేషజమ్। శన్నో అస్తు ద్విపదే । శం చతుష్పదే । సోమపా(3) అసోమపా(3) ఇతి నిగదవ్యా ఖ్యాతాః ॥ 40

సహస్రవృదియం భూమిః । పరం వ్యోమ సహస్రవత్। అశ్వినా భుజ్యూ నాసత్యా । విశ్వస్య జగతస్పతీ । జాయా భూమిః పతిర్వ్యోమ । మిథునన్తా అతుర్యథుః । పుత్రో బృహస్పతీ రుద్రః। సరమా ఇతి స్త్రీపుమమ్ । శుక్రం వామన్యద్యజతం వామన్యత్। విషురూపే అహనీ ద్యౌరివస్థః ॥ 41

విశ్వా హి వయాయా అవథః స్వధావన్తా । భద్రా వాం పూషణావిహ రాతిరస్తు । వాసాత్యౌ చిత్రౌ జగతోనిధానౌ । ద్యావాభూమీ చరథః సఙ్-సఖాయౌ । తావశ్వినా రాసభాశ్వా హవం మే । శుభస్పతీ ఆగతꣳ సూర్యయా సహ । త్యుగ్రోహ భుజ్యుమశ్వినోదమేఘే । రయిన్నకశ్చిన్మమృవాం (2) అవాహాః । తమూహథుర్నౌభిరాత్మన్వతీభిః । అన్తరిక్షప్రుడ్భి-రపోదకాభిః ॥ 42

త్రిస్రః, క్షపస్త్రిరహాతివ్రజద్భిః । నాసత్యాభుజ్యుమూహథుః పతఙ్గైః । సముద్రస్య ధన్వన్నార్ద్రస్య పారే । త్రిభీరథైశ్శతపద్భిః షడశ్వైః । సవితారం వితన్వన్తమ్ । అనుబధ్నాతి శాంబరః । ఆపపూర్షంబరశ్చైవ । సవితారేపసోఽభవత్ । త్యꣳ-సుతృప్తం విదిత్వైవ । బహుసోమ గిరం వశీ ॥ 43

అన్వేతి తుగ్రో వక్రియాన్తమ్ । ఆయసూయాన్సోమత్సు ప్సుషు । స సంగ్రామస్తమోద్యోఽత్యోతః । వాచో గాః పిపాతి తత్ । స తద్గోభిత్సవాఽత్యేత్యన్యే । రక్షసానన్వితాశ్చ యే । అన్వేతి పరివృత్యాఽస్తః । ఏవమేతౌస్థో అశ్వినా । తే ఏతే ద్యుఃపృథివ్యోః । అహరహర్గర్భన్దధాథే ॥ 44

తయోరేతౌ వత్సావహోరాత్రే । పృథివ్యా అహః । దివో రాత్రిః । తా అవిసృష్టౌ । దమ్పతీ ఏవ భవతః । తయోరేతౌ వత్సౌ । అగ్నిశ్చాదిత్యశ్చ । రాత్రేర్వత్సః । శ్వేత ఆదిత్యః । అహ్నోఽగ్నిః ॥ 45

తామ్రో అరుణః । తా అవిసృష్టౌ । దమ్పతీ ఏవ భవతః । తయోరేతౌ వత్సౌ । వృత్రశ్చ వైద్యుతశ్చ । అగ్నేర్వృత్రః వైద్యుత ఆదిత్యస్య । తా అవిసృష్టౌ । దమ్పతీ ఏవ భవతః । తయోరేతౌ వత్సౌ ॥ 46

ఉష్మా చ నీహారశ్చ । వృత్రస్యోష్మా వైద్యుతస్య నీహారః । తౌ తావేవ ప్రతిపద్యేతే । సేయꣳరాత్రీ గర్భిణీ పుత్రేణ సంవసతి । తస్యా వా ఏతదుల్బణమ్ । యద్రాత్రౌ రశ్మయః । యథా గోర్గర్భిణ్యా ఉల్బణమ్ । ఏవమేతస్యా ఉల్బణమ్ । ప్రజయిష్ణుః ప్రజయా చ పశుభిశ్చ భవతి । య ఏవం వేద । ఏతముద్యన్త మపియన్తం చేతి । ఆదిత్యః పుణ్యస్య వత్సః । అథ పవిత్రాఙ్గిరసః ॥ 47

పవిత్రవన్తః పరివాజమాసతే । పితైషాం ప్రత్నో అభిరక్షతి వ్రతమ్ । మహస్సముద్రం వరుణస్తిరోదధే । ధీరా ఇచ్ఛేకుర్ధరుణేష్వారభమ్ । పవిత్రం తే వితతం బ్రహ్మణస్పతే ।

ప్రభుర్గాత్రాణి పర్యేషివిశ్వతః । అతప్త తనూర్న తదామో అశ్నుతే। శ్రృతాస ఇద్వహన్తస్తత్సమాశాత । బ్రహ్మ దేవానామ్। అసతస్సద్యే తతక్షుః ॥ 48

ఋషయస్సప్తాత్రిశ్చ యత్ । సర్వేఽత్రయో అగస్త్యశ్చ। నక్షత్రై-శ్శఙ్కృతోఽవసన్ । అథ సవితుః శ్యావాశ్వస్యాఽవర్తికామస్య । అమీ య ఋక్షానిహితాస ఉచ్చా । నక్తం దదృశ్రే కుహచిద్దివేయుః । అదబ్ధాని వరుణస్య వ్రతాని । విచాకశచ్చన్ద్రమా నక్షత్రమేతి । తత్సవితుర్వరేణ్యమ్ । భర్గో దేవస్య ధీమహి ॥ 49

ధియో యో నః ప్రచోదయాత్ । తత్సవితుర్వృణీమహే। వయన్దేవస్య భోజనమ్ । శ్రేష్ఠꣳసర్వధాతమమ్। తురం భగస్య ధీమహి । అపాగూహత సవితా తృభీన్ । సర్వాన్దివో అన్ధసః । నక్తన్తాన్యభవన్దృశే । అస్థ్యస్థ్నా సంభవిష్యామః । నామ నామైవ నామ మే॥ 50

నపుꣳసకం పుమాꣳస్త్ర్యస్మి । స్థావరోఽస్మ్యథ జఙ్గమః। యజేఽయక్షి యష్టాహే చ । మయా భూతాన్యయక్షత। పశవో మమ భూతాని । అనూబన్ధ్యో ఽస్మ్యహం

విభుః । స్త్రియస్సతీః । తా ఉమే పుꣳస ఆహుః । పశ్యదక్షణ్వా
న్నవిచేతదన్ధః । కవిర్యః పుత్రస్స ఇమా చికేత ॥ 51

యస్తా విజానాత్సవితుః పితా సత్ । అన్ధో మణిమవిన్దత్ ।
తమనఙ్గులిరావయత్ । అగ్రీవః ప్రత్యముఞ్చత్ । తమజిహ్వా
అసశ్చత । ఊర్ధ్వమూలమవాక్ఛాఖమ్ । వృక్షం యో వేద
సప్రతి । న స జాతు జనః శ్రద్దధ్యాత్ । మృత్యుర్మా
మారయాదితిః । హసితꣳరుదితంగీతమ్ ॥ 52

వీణాపణవలాసితమ్ । మృతఞ్జీవం చ యత్కించిత్ ।
అఙ్గాని స్నేవ విద్ధి తత్ । అతృష్యꣳస్తృష్యధ్యాయత్ । అస్మాజ్జాతామే
మిథూ చరన్న్ । పుత్రో నిరత్యా వైదేహః । అచేతా యశ్చ
చేతనః । స తం మణిమవిన్దత్ । సోఽనఙ్గులిరావయత్ ।
సోఽగ్రీవః ప్రత్యముఞ్చత్ ॥ 53

సోఽజిహ్వో అసశ్చత । నైతమృషిం విదిత్వా నగరం
ప్రవిశేత్ । యది ప్రవిశేత్ । మిథౌ చరిత్వా ప్రవిశేత్ । తత్సమ్భవస్య
వ్రతమ్ । ఆతమగ్నే రథన్తిష్ఠ । ఏకాశ్వమేకయోజనమ్ ।
ఏకచక్రమేకధురమ్ । వాతధ్రాజిగతిం విభో । న రిష్యతి న
వ్యథతే ॥ 54

నాస్యాక్షో యాతు సజ్జతి । యచ్ఛ్వేతాన్రోహితాꣳశ్చాగ్నేః । రథే యుక్త్వాఽధితిష్ఠతి । ఏకయా చ దశభిశ్చ స్వభూతే । ద్వాభ్యామిష్టయే విꣳశత్యా చ । తిసృభిశ్చ వహసే త్రిꣳశతా చ । నియుద్భిర్వాయవిహతా విముఞ్చ ॥ 55

ఆతనుష్వ ప్రతనుష్వ । ఉద్ధమాఽఽధమ సన్ధమ । ఆదిత్యే చన్ద్రవర్ణానామ్ । గర్భమాధేహి యః పుమాన్ । ఇతస్సిక్తꣳసూర్యగతమ్ । చన్ద్రమసే రసఙ్కృధి । వారాదఞ్జన యాగ్రేఽగ్నిమ్ । య ఏకో రుద్ర ఉచ్యతే । అసంఖ్యా తాస్సహస్రాణి । స్మర్యతే న చ దృశ్యతే ॥ 56

ఏవమేతన్నిబోధత । ఆమన్ద్రైరిన్ద్ర హరిభిః । యాహిమయూరరోమభిః । మా త్వా కేచిన్నియేమురిన్న పాశినః । దధన్వేవ తా ఇహి । మా మన్ద్రైరిన్ద్ర హరిభిః । యామి మయూరరోమభిః । మా మా కేచిన్నియేమురిన్న పాశినః । నిధన్వేవ తాం (2) ఇమి। అణుభిశ్చ మహద్భిశ్చ ॥ 57

నిఘృష్వైరసమాయుతైః । కాలైర్హరిత్వమాపన్నైః । ఇన్ద్రాయాహి సహస్రయుక్ । అగ్నిర్విభ్రాష్టివసనః । వాయుశ్శ్వేతసికద్రుకః । సంవత్సరో విషూవర్ణైః । నిత్యాస్తేఽనుచరాస్తవ ।

సుబ్రహ్మణ్యోꣳసుబ్రహ్మణ్యోꣳసుబ్రహ్మణ్యోమ్ । ఇన్ద్రాగచ్ఛ హరివ ఆగచ్ఛ మేధాతిథేః । మేష వృషణశ్వస్య మేనే ॥ 58

గౌరావస్కన్దిన్నహల్యాయై జార । కౌశికబ్రాహ్మణ గౌతమబ్రువాణ । అరుణాశ్వా ఇహాగతాః । వసవః పృథివిక్షితః । అష్టౌదిగ్వాససోఽగ్నయః । అగ్నిశ్చజాతవేదాశ్చేత్యేతే । తామ్రాశ్వాస్తామ్రరథాః । తామ్రవర్ణాస్తథాఽసితాః । దణ్డహస్తాః ఖాదగ్దతః । ఇతో రుద్రాః పరాంగతాః ॥ 59

ఉక్తꣳస్థానం ప్రమాణఞ్చ పుర ఇత। బృహస్పతిశ్చ సవితా చ । విశ్వరూపైరిహాగతామ్ । రథేనోదకవర్త్మనా । అప్సుషా ఇతి తద్ద్వయోః । ఉక్తో వేషో వాసాꣳసి చ । కాలావయనామితః ప్రతీజ్యా । వాసాత్యా ఇత్యశ్వినోః । కోన్తరిక్షే శబ్దఙ్కరోతీతి । వాసిష్ఠో రౌహిణో మీమాꣳసాఞ్చక్రే । తస్యైషా భవతి । వాశ్రేవ విద్యుదితి । బ్రహ్మణ ఉదరణమసి । బ్రహ్మణ ఉదీరణమసి। బ్రహ్మణ ఆస్తరణమసి । బ్రహ్మణఉపస్తరణమసి ॥ 60

అష్టయోనీమష్టపుత్రామ్ । అష్టపత్నీమిమాం మహీమ్ । అహం వేద న మే మృత్యుః । నచామృత్యురఘాహరత్ । అష్టయోన్యష్టపుత్రమ్ । అష్టపదిద-మన్తరిక్షమ్ । అహంవేద న మే

మృత్యుః । నచామృత్యుర్రఘాహరత్ । అష్టయోనీ
మష్టపుత్రామ్ । అష్టపత్నీమమూన్దివమ్ ॥ 61

అహం వేద న మే మృత్యుః । నచామృత్యుర్రఘాఽ
హరత్ । సుత్రామాణం మహీమమాషు । అదితిర్ద్యౌరదితి
రన్తరిక్షమ్ । అదితిర్మాతా స పితా స పుత్రః । విశ్వే దేవా అదితిః
పఞ్చజనాః । అదితిర్జాతమదితిర్జనిత్వమ్ । అష్టౌపుత్రాసోఅదితేః ।
యే జాతాస్తన్వః పరి । దేవాం (2) ఉపప్రైత్సప్తభిః ॥ 62

పరా మార్తాణ్డమాస్యత్ । సప్తభిః పుత్రైరదితిః ।
ఉపప్రైత్పూర్వ్యం యుగమ్ । ప్రజాయై మృత్యవే తత్ । పరా
మార్తాణ్డమా భరదితి । తాననుక్రమిష్యామః । మిత్రశ్చ
వరుణశ్చ । ధాతా చార్యమా చ । అꣳశశ్చ భగశ్చ । ఇన్ద్రశ్చ
వివస్వాꣳశ్చేత్యేతే । హిరణ్య గర్భో హꣳసశ్శుచిషత్ ।
బ్రహ్మజజ్ఞానం తదిత్పదమితి । గర్భః ప్రాజాపత్యః । అథ పురుషః
సప్త పురుషః ॥ 63 (యథాస్థానం గర్భిణ్యః)

యోఽసౌ తపన్నుదేతి । స సర్వేషాం భూతానాం
ప్రాణానాదాయోదేతి । మా మే ప్రజాయా మా పశూనామ్ । మా
మమ ప్రాణానాదాయోదగాః । అసౌ యోఽస్తమేతి । స సర్వేషాం

భూతానాం ప్రాణానాదాయాఽస్తమేతి । మా మే ప్రజాయా మా
పశూనామ్ । మా మమ ప్రాణానాదాయాఽస్తఙ్గాః । అసౌ య
ఆపూర్యతి । స సర్వేషాం భూతానాం ప్రాణైరాపూర్యతి ॥ 64

మా మే ప్రజాయా మా పశూనామ్ । మా మమ
ప్రాణైరాపూరిష్ఠాః। అసౌ యోఽపక్షీయతి । స సర్వేషాం
భూతానాం ప్రాణైరపక్షీయతి । మా మే ప్రజాయా మా
పశూనామ్ । మా మమ ప్రాణైరపక్షేష్ఠాః । అమూని నక్షత్రాణి ।
సర్వేషాం భూతానాం ప్రాణైరపప్రసర్పన్తి చోత్సర్పన్తి చ । మా
మే ప్రజాయా మా పశూనామ్। మా మమ ప్రాణైరపప్రసృపత
మోత్సృపత ॥ 65

ఇమే మాసాశ్చార్ధమాసాశ్చ । సర్వేషాం భూతానాం
ప్రాణైరపప్రసర్పన్తి చోత్సర్పన్తి చ । మా మే ప్రజాయా మా
పశూనామ్ । మా మమ ప్రాణైరపప్రసృపత మోత్సృపత ।
ఇమ ఋతవః । సర్వేషాం భూతానాం ప్రాణైరపప్రసర్పన్తి
చోత్సర్పన్తి చ । మా మే ప్రజాయా మా పశూనామ్ । మా
మమ ప్రాణైరప ప్రసృపత మోత్సృపత। అయꣳసంవత్సరః।
సర్వేషాం భూతానాం ప్రాణైరపప్రసర్పతి చోత్సర్పతి చ॥ 66

మా మే ప్రజాయా-మా పశూనామ్ । మా మమ ప్రాణైరప ప్రసృప మోత్సృప । ఇదమహః । సర్వేషాం భూతానాం ప్రాణైరప ప్రసర్పతి చోత్సర్పతి చ । మా మే ప్రజాయా మా పశూనామ్ । మా మమ ప్రాణైరపప్రసృప మోత్సృప । ఇయꣳరాత్రిః । సర్వేషాం భూతానాం ప్రాణైరప ప్రసర్పతి చోత్సర్పతి చ । మా మే ప్రజాయా మా పశూనామ్। మా మమ ప్రాణైరపప్రసృప మోత్సృప । ఓం భూర్భువస్సువః। ఏతద్వో మిథునం మా నో మిథునꣳరీఢ్వమ్ ॥ 67

అథాదిత్యస్యాష్టపురుషస్య । వసూనామాదిత్యానాꣳస్థానే స్వతేజసాభాని । రుద్రాణామాదిత్యానాగ్స్థానే స్వతేజసా భాని । ఆదిత్యానామాదిత్యానాగ్స్థానే స్వతేజసా భాని । సతాꣳసత్యానామ్। ఆదిత్యానాగ్స్థానే స్వతేజసా భాని । అభిధూన్వతామభిఘ్నతామ్। వాతవతాం మరుతామ్ । ఆదిత్యానాగ్స్థానే । స్వతేజసా భాని । ఋభూణామాదిత్యానాꣳస్థానే స్వతేజసా భాని। విశ్వేషాన్దేవానామ్ । ఆదిత్యానాగ్స్థానే స్వతేజసా భాని । సంవత్సరస్య సవితుః । ఆదిత్యస్య స్థానే స్వతేజసా భాని । ఓం భూర్భువస్సువః । రశ్మయో వో మిథునం మానో మిథునꣳరీఢ్వమ్ ॥ 68

ఆరోగస్య స్థానే స్వతేజసా భాని । భ్రాజస్య స్థానే స్వతేజసా భాని । పటరస్య స్థానే స్వతేజసా భాని । పతఙ్గస్య స్థానే స్వతేజసా భాని । స్వర్ణరస్య స్థానే స్వతేజసా భాని । జ్యోతిషీమతస్యస్థానే స్వతేజసా భాని । విభాసస్య స్థానే స్వతేజసా భాని । కశ్యపస్య స్థానే స్వతేజసా భాని । ఓం భూర్భువస్సువః । ఆపో వో మిథునం మా నో మిథునꣳరీఢ్వమ్॥ 69

అథ వాయోరేకాదశపురుషస్యైకాదశస్త్రీకస్య । ప్రభ్రాజమా-నానాꣳరుద్రాణాꣳస్థానే స్వతేజసా భాని । వ్యవదాతానాꣳ రుద్రాణాꣳస్థానే స్వతేజసా భాని । వాసుకివైద్యుతానాꣳ రుద్రాణాꣳస్థానే స్వతేజసా భాని । రజతానాꣳరుద్రాణాꣳ స్థానే స్వతేజసా భాని । పరుషాణాꣳరుద్రాణాగాస్థానే స్వతేజసా భానిం శ్యామానాꣳ-రుద్రాణాꣳస్థానే స్వతేజసా భాని । కపిలానా ꣳరుద్రాణాꣳస్థానే స్వతేజసా భాని । అతిలోహితానాꣳ రుద్రాణాꣳస్థానే స్వ తేజసా భాని । ఊర్ధ్వానాꣳరుద్రాణాంస్థానే స్వతేజసా భాని ॥ 70

అవపతన్తానాꣳరుద్రాణాꣳస్థానే స్వతేజసా భాని । వైద్యుతానాꣳరుద్రాణాగ్స్థానే స్వతేజసా భాని। ప్రభ్రాజ

మానీనాꣳరుద్రాణీనాꣳస్థానే స్వతేజసా భాని । వ్యవదాతీనాꣳరుద్రాణీనాꣳస్థానే స్వతేజసా భాని । వాసుకివైద్యుతీనాꣳరుద్రాణీనాꣳస్థానే స్వతేజసా భాని । రజతానాꣳరుద్రాణీనాꣳస్థానే స్వతేజసా భాని । పరుషాణాꣳరుద్రాణీనాꣳస్థానే స్వతేజసా భాని । శ్యామానాꣳరుద్రాణీనాꣳస్థానే స్వతేజసా భాని । కపిలానాꣳరుద్రాణీనాగ్స్థానే-స్వతేజసా-భాని । అతిలోహితీ నాꣳరుద్రాణీనాꣳస్థానే స్వతేజసా భాని । ఊర్ధ్వానాꣳరుద్రాణీనాꣳస్థానే స్వతేజసా భాని । అవపతన్తీనాꣳ రుద్రాణీనాꣳస్థానే స్వతేజసా భాని । వైద్యుతీనాꣳ రుద్రాణీనాꣳస్థానే స్వతేజసా భాని । ఓం భూర్భువస్సువః । రూపాణి వో మిథునం మా నో మిథునꣳరీఢ్వమ్ ॥ 71

అథాగ్నేరష్టపురుషస్య । అగ్నేఃపూర్వదిశ్యస్య స్థానే స్వతేజసా భాని। జాతవేదస ఉపదిశ్యస్య స్థానే స్వతేజసా భాని । సహోజసో దక్షిణదిశ్యస్యస్థానే స్వతేజసా భాని । అజిరాప్రభవ ఉపదిశ్యస్య స్థానే స్వతేజసా భాని । వైశ్వానరస్యాऽపరదిశ్యస్య స్థానే స్వతేజసా భాని । నర్యాపస ఉపదిశ్యస్య స్థానే స్వతేజసా భాని।

పంక్తిరాధస ఉదగ్దిశ్యస్య స్థానే స్వతేజసా భాని । విసర్పిణ
ఉపదిశ్యస్య స్థానే స్వతేజసా భాని। ఓం భూర్భువస్సువః । దిశో
వో మిథునం మా నో మిథునꣳరీఢ్వమ్ ॥ 72

దక్షిణపూర్వస్యాన్దిశి విసర్పీ నరకః । తస్మాన్నః పరిపాహి।
దక్షిణాపరస్యాం దిశ్యవిసర్పీ నరకః । తస్మాన్నః పరిపాహి।
ఉత్తరపూర్వస్యాన్దిశి విషాదీనరకః । తస్మాన్నః పరిపాహి ।
ఉత్తరాపరస్యాన్దిశ్యవిషాదీ నరకః । తస్మాన్నః పరిపాహి ।
ఆయస్మిన్త్సప్త వాసవా ఇన్ద్రియాణి శతక్రతవిత్యేతే ॥ 73

ఇన్ద్రఘోషా వో వసుభిః పురస్తాదుపదధతామ్ ।
మనోజవసో వః పితృభిర్దక్షిణత ఉపదధతామ్ । ప్రచేతావో రుద్రైః
పశ్చాదుపదధతామ్ । విశ్వకర్మా వ ఆదిత్యైరుత్తరత ఉపదధతామ్।
త్వష్టా వో రూపైరుపరిష్టాదుపదధతామ్ । సంజ్ఞానం
వః పశ్చాదితి । ఆదిత్యస్సర్వోఽగ్నిః పృథివ్యామ్ ।
వాయురన్తరిక్షే । సూర్యో దివి । చన్ద్రమా దిక్షు । నక్షత్రాణి
స్వలోకే। ఏవా హ్యేవ । ఏవా హ్యగ్నే। ఏవా హి వాయో । ఏవా
హీన్ద్ర। ఏవా హి పూషన్। ఏవా హి దేవాః ॥ 74

ఆపమాపామపస్సర్వాః । అస్మాదస్మాదితోఽముతః।

అగ్నిర్వాయుశ్చసూర్యశ్చ। సహ సఞ్చస్కరర్ధియా।
వాయవ్వశ్వా రశ్మిపతయః। మరీచ్యాత్మానో అద్రుహః।
దేవీర్భువనసూవరీః। పుత్రవత్త్వాయ మే సుత।
మహానామ్నీర్మహామానాః । మహసో మహసస్స్వః ॥ 75

దేవీః పర్జన్యసూవరీః । పుత్రవత్త్వాయ మే సుత ।
అపాఽ ఉశ్వృష్ణి మపారక్షః । అపాఽ ఉశ్వృష్ణిమపారఘమ్ ।
అపాఘ్రామ-పచాఽ వర్తిమ్ । అపదేవీరితోహిత । వజ్రన్దేవీర
జీతాగ్‌శ్చ । భువనన్దేవసూవరీః । ఆదిత్యానదితిన్దేవీమ్ ।
యోనినోర్ధ్వముదీషత ॥ 76

భద్రంకర్ణేభిః శృణుయామ దేవాః । భద్రం
పశ్యేమాఽక్షభిర్యజత్రాః । స్థిరైరఙ్గై స్తుష్టువాꣳసస్తనూభిః।
వ్యశేమ దేవహితం యదాయుః । స్వస్తి న ఇన్ద్రో వృద్ధశ్రవాః ।
స్వస్తి నః పూషా విశ్వవేదాః । స్వస్తినస్తార్క్ష్యో అరిష్టనేమిః । స్వస్తి
నో బృహస్పతిర్దధాతు । కేతవో అరుణాసశ్చ । ఋషయో
వాతరశనాః । ప్రతిష్ఠాꣳశతధా హి । సమాహితాసో
సహస్రధాయసమ్ । శివా నశ్శన్తమా భవన్తు । దివ్యా ఆప ఓషధయః।
సుమృడీకా సరస్వతి । మా తే వ్యోమ సన్దృశి ॥ 77

యోఽపాం పుష్పం వేద। పుష్పవాన్ ప్రజావాన్ పశుమాన్ భవతి । చన్ద్రమా వా అపాం పుష్పమ్ । పుష్పవాన్ ప్రజావాన్ పశుమాన్ భవతి । య ఏవం వేద । యోఽపామాయతనం వేద । ఆయతనవాన్ భవతి । అగ్నిర్వా అపామాయతనమ్ । ఆయతనవాన్ భవతి । యోఽగ్నేరాయతనం వేద ॥ 78

ఆయతనవాన్ భవతి । ఆపో వా అగ్నేరాయతనమ్ । ఆయతనవాన్ భవతి । య ఏవం వేద । యోఽపామాయతనం వేద । ఆయతనవాన్ భవతి । వాయుర్వా అపామాయతనమ్ । ఆయతనవాన్ భవతి । యో వాయోరాయతనం వేద। ఆయతనవాన్ భవతి ॥ 79

ఆపో వై వాయోరాయతనమ్ । ఆయతనవాన్ భవతి । య ఏవం వేద। యోఽపామాయతనం వేద । ఆయతనవాన్ భవతి । అసౌ వై తపన్నపామాయతనమ్ । ఆయతనవాన్ భవతి। యోఽముష్యతపత ఆయతనం వేద । ఆయతనవాన్ భవతి। ఆపో వా అముష్య తపత ఆయతనమ్ ॥ 80

ఆయతనవాన్ భవతి । య ఏవం వేద । యోఽపామాయతనం వేద । ఆయతనవాన్ భవతి । చన్ద్రమా వా

అపామాయతనమ్ । ఆయతనవాన్ భవతి । యశ్చన్ద్రమస
ఆయతనం వేద । ఆయతనవాన్ భవతి । ఆపో వై చన్ద్రమస
ఆయతనమ్ । ఆయతనవాన్ భవతి ॥ 81

య ఏవం వేద । యోఽపామాయతనం వేద । ఆయతనవాన్
భవతి । నక్షత్రాణి వా అపామాయతనమ్ । ఆయతనవాన్ భవతి।
యో నక్షత్రాణామాయతనం వేద । ఆయతనవాన్ భవతి ।
ఆపో వై నక్షత్రాణామాయతనమ్ । ఆయతనవాన్ భవతి । య
ఏవం వేద ॥ 82

యోఽపామాయతనం వేద । ఆయతనవాన్ భవతి ।
పర్జన్యో వా అపామాయతనమ్ । ఆయతనవాన్ భవతి। యః
పర్జన్యస్యాయతనం వేద । ఆయతనవాన్ భవతి । ఆపో వై
పర్జన్యస్యాయతనమ్ । ఆయతనవాన్ భవతి । య ఏవం వేద।
యోపామాయతనం వేద ॥ 83

ఆయతనవాన్ భవతి। సంవత్సరో వా అపామాయ
తనమ్। ఆయతనవాన్ భవతి । యస్సంవత్సరస్యాయతనం
వేద । ఆయతనవాన్ భవతి । ఆపో వై సంవత్సరస్యాఽఽ
యతనమ్ । ఆయతనవాన్ భవతి । య ఏవం వేద । యోఽప్సు
నావం ప్రతిష్ఠితాం వేద । ప్రత్యేవ తిష్ఠతి ॥ 84

ఇమే వై లోకా అప్సు ప్రతిష్ఠితాః । తదేషాఽభ్యనూక్తా ॥
అపాꣳరసముదయꣳసన్ । సూర్యే శుక్రꣳసమాభృతమ్।
అపాꣳరసస్య యో రసః । తం వో గృహ్ణామ్యుత్తమమితి।
ఇమే వై లోకా అపాꣳ రసః । తేఽముష్మిన్నాదిత్యే సమాభృతాః ।
జానుదఘ్నీముత్తరవేదీఙ్ఖాత్వా । అపాం పూరయిత్వా
గుల్ఫదఘ్నమ్ ॥ 85

పుష్కరపర్ణైః పుష్కరదణ్డైః పుష్కరైశ్చ సꣳస్తీర్య ।
తస్మిన్విహాయసే । అగ్నిం ప్రణీయోపసమాధాయ । బ్రహ్మవాదినో
వదన్తి । కస్మాత్ప్రణీతేఽయమగ్నిశ్చీయతే । సాప్రణీతేఽయమప్సు
హ్యయఞ్చీయతే। అసౌ భువనేప్య నాహితాగ్నిరేతాః । తమభిత
ఏతా అభీష్టకా ఉపదధాతి । అగ్నిహోత్రేదర్శపూర్ణమాసయోః ।
పశుబన్ధే -చాతుర్మాస్యేషు ॥ 86

అథో ఆహుః । సర్వేషు యజ్ఞక్రతుష్వితి । ఏతద్ధ స్మవా
ఆహుశ్శణ్డిలాః । కమగ్నిఞ్చినుతే । సత్రియమగ్నిఞ్చిన్వానః ।
సంవత్సరం ప్రత్యక్షేణ । కమగ్నిఞ్చినుతే। సావిత్రమగ్నిఞ్చిన్వానః।
అముమాదిత్యం ప్రత్యక్షేణ । కమగ్నిఞ్చినుతే ॥ 87

నాచికేతమగ్నిఞ్చిన్వానః । ప్రాణాన్ప్రత్యక్షేణ। కమగ్నిఞ్చి
నుతే। చాతుర్హోత్రియమగ్నిఞ్చిన్వానః । బ్రహ్మ ప్రత్యక్షేణ।
కమగ్నిఞ్చినుతే । వైశ్వసృజమగ్నిఞ్చిన్వానః । శరీరం ప్రత్యక్షేణ।
కమగ్నిఞ్చినుతే । ఉపానువాక్యమాశుమగ్నిఞ్చిన్వానః ॥ 88

ఇమాన్ లోకాన్ప్రత్యక్షేణ । కమగ్నిఞ్చినుతే । ఇమమారుణ-
కేతుకమగ్నిఞ్చిన్వాన ఇతి । య ఏవాసౌ। ఇతశ్చాఽముత
శ్చాఽవ్యతీపాతీ । తమితి । యోఽగ్నేర్మిథూయా వేద ।
మిథునవాన్భవతి । ఆపో వా అగ్నేర్మిథూయాః । మిథునవా
న్భవతి। య ఏవం వేద॥ 89

ఆపో వా ఇదమాసన్త్సలిలమేవ। స ప్రజాపతిరేకః
పుష్కరపర్ణే సమభవత్ । తస్యాన్తర్మనసి కామస్సమవర్తత।
ఇదꣳసృజేయమితి । తస్మాద్యత్పురుషో మనసాభిగచ్ఛతి।
తద్వాచా వదతి । తత్కర్మణా కరోతి । తదేషాఽభ్యనూక్తా ।
కామస్తదగ్రే సమవర్తతాధి। మనసో రేతః ప్రథమం యదాసీత్ ॥90

సతో బన్ధుమసతి నిరవిన్దన్। హృది ప్రతీష్యా కవయో
మనీషేతి । ఉపైనన్తదుపనమతి । యత్కామో భవతి । య
ఏవం వేద । స తపోఽతప్యత। స తపస్తప్త్వా శరీరమ

ధూనుత। తస్య యన్మాం౨సమాసీత్ । తతో౭ఽరుణాః కేతవో వాతరశనా ఋషయ ఉదతిష్ఠన్ ॥ 91

యే నఖాః । తే వైఖానసాః । యే వాలాః తే వాలఖిల్యాః । యో రసః । సో౭ఽపామ్ । అన్తరతః కూర్మం భూత౨సర్పన్తమ్ । తమబ్రవీత్ । మమ వైత్వఙ్మాం౨సా । సమభూత్॥ 92

నేత్యబ్రవీత్ । పూర్వమేవాహమిహాసమితి । తత్పురుషస్య పురుషత్వమ్ । స సహస్రశీర్షా పురుషః । సహస్రాక్షస్సహస్రపాత్ । భూత్వోదతిష్ఠత్ । తమబ్రవీత్ । త్వం వై పూర్వ౨సమభూః । త్వమిదం పూర్వః కురుష్వేతి । స ఇత ఆదాయాపః॥ 93

అఞ్జలినా పురస్తాదుపాదధాత్ । ఏవాహ్యేవేతి । తత ఆదిత్య ఉదతిష్ఠత్ । సా ప్రాచీ దిక్ । అథా౭ఽరుణః కేతుర్దక్షిణత ఉపాదధాత్ । ఏవాహ్యగ్న ఇతి । తతో వా అగ్నిరుదతిష్ఠత్ । సా దక్షిణా దిక్ । అథారుణః కేతుః పశ్చాదుపాదధాత్ । ఏవాహి వాయో ఇతి ॥ 94

తతో వాయురుదతిష్ఠత్ । సా ప్రతీచీ దిక్ । అథారుణః కేతురుత్తరత ఉపాదధాత్ । ఏవాహీన్ద్రేతి । తతో వా ఇన్ద్ర

ఉదతిష్ఠత్ । సోదీచీ దిక్ । అథారుణః కేతుర్మధ్య ఉపాదధాత్ ।
ఏవాహి పూషన్నితి । తతో వై పూషోదతిష్ఠత్ । సేయన్దిక్॥ 95

అథారుణః కేతురుపరిష్టాదుపాదధాత్ । ఏవాహి దేవా
హతి । తతో దేవమనుష్యాః పితరః । గన్ధర్వాప్సరసశ్చోదతిష్ఠన్।
సోర్ధ్వా దిక్ । యా విప్రుషో విపరాపతన్ । తాభ్యోఽసురా
రక్షాగ్ంసి పిశాచాశ్చోదతిష్ఠన్ । తస్మాత్తేపరాభవన్ । విప్రుడ్భ్యో
హి తే సమభవన్ । తదేషాభ్యనూక్తా ॥ 96

ఆపో హ యద్బృహతీర్గర్భమాయన్ । దక్షన్దధానా
జనయన్తీస్స్వయంభుమ్ । తత ఇమేధ్యసృజ్యన్త సర్గాః । అద్భ్యో
వా ఇదꣳ సమభూత్ । తస్మాదిదꣳసర్వం బ్రహ్మ స్వయంభ్వితి।
తస్మాదిదꣳసర్వꣳ శిథిలమివాఽ ధ్రువమివాభవత్। ప్రజాపతిర్వావ
తత్ । ఆత్మనాత్మానం విధాయ । తదే వానుప్రావిశత్।
తదేషాభ్యనూక్తా ॥ 97

విధాయ లోకాన్ విధాయ భూతాని । విధాయ
సర్వాఃప్రదిశో దిశశ్చ । ప్రజాపతిః ప్రథమజా ఋతస్య ।
ఆత్మనాత్మాన మభిసంవివేశేతి । సర్వమేవేదమాప్త్వా ।
సర్వమవరుధ్య । తదేవాను ప్రవిశతి । య ఏవంవేద॥ 98

చతుష్టయ్య ఆపో గృహ్ణాతి। చత్వారి వా అపాꣳరూపాణి। మేఘో విద్యుత్। స్తనయిత్నుర్వృష్టిః । తాన్యేవా-వరున్ధే। ఆతపతి వర్ష్యా గృహ్ణాతి । తాః పురస్తాదుపదధాతి। ఏతా వై బ్రహ్మవర్చస్యా ఆపః । ముఖత ఏవ బ్రహ్మవర్చ-సమవరున్ధే । తస్మాన్ముఖతో బ్రహ్మవర్చసితరః॥ 99

కూప్యా గృహ్ణాతి। తా దక్షిణత ఉపదధాతి । ఏతా వై తేజస్వినీరాపః । తేజ ఏవాస్య దక్షిణతోదన్తేధాతి। తస్మాద్దక్షిణో ఉర్ధస్తేజస్వితరః । స్థావరాగృహ్ణాతి। తాః పశ్చాదుపదధాతి। ప్రతిష్ఠితా వై స్థావరాః । పశ్చాదేవ ప్రతితిష్ఠతి। వహన్తీర్గృహ్ణాతి ॥ 100

తా ఉత్తరత ఉపదధాతి । ఓజస్సా వా ఏతా వహన్తీ రివోద్గతీరివ ఆకూజతీరివ ధావన్తీః । ఓజ ఏవాస్యోత్తరతో దధాతి। తస్మాదుత్తరో ఉర్ధ ఓజస్వితరః । సంభార్యా గృహ్ణాతి। తా మధ్య ఉపదధాతి । ఇయం వై సంభార్యాః । అస్యామేవ ప్రతితిష్ఠతి । పల్వల్యాగృహ్ణాతి । తా ఉపరిష్టాదు పాదధాతి ॥ 101

అసౌ వై పల్వల్యాః । అముష్యామేవ ప్రతితిష్ఠతి। దిక్షూపదధాతి । దిక్షు వా ఆపః । అన్నం వా ఆపః । అద్భ్యో వా

అన్నఙ్జాయతే । యదేవాద్భ్యోఽన్నఙ్జాయతే । తదపరున్ధే । తం వా ఏతమరుణాః కేతవో వాతరశనా ఋషయోఽచిన్వన్। తస్మా దారుణకేతుకః ॥ 102

తదేషాభ్యనూక్తా । కేతవో అరుణాసశ్చ । ఋషయోవాతరశనాః । ప్రతిష్ఠాꣳ శతధాహి । సమాహితాసో సహస్రధాయసమితీ । శతశశ్చైవ సహస్రశశ్చ ప్రతితిష్ఠతి । య ఏతమగ్నిఞ్చినుతే య ఉచైనమేవం వేద ॥ 103

జానదఘ్నీమపుత్తరవేదిఙ్ఖాత్వా । అపాంꣳ పూరయతి। అపాꣳ-సర్వత్వాయ । పుష్కరపర్ణꣳ రుక్మం పురుషమితుపదధాతి । తపో వై పుష్కరపర్ణమ్ । సత్యꣳ రుక్మః। అమృతం పురుషః । ఏతావద్వా వాస్తి । యావదేతత్। యావదేవాస్తి ॥ 104

తదవరున్ధే । కూర్మముపదధాతి । అపామేవ మేధమవరున్ధే। అథో స్వర్గస్య లోకస్య సమష్ట్యై । ఆపమాపామపస్సర్వాః । అస్మాద-స్మాదితోఽముతః । అగ్నిర్వాయుశ్చ సూర్యశ్చ। సహసఞ్చస్కరర్ధియా ఇతి । వాయ్వశ్వా రశ్మిపతయః । లోకం పృణచ్ఛిద్రం పృణ॥ 105

యాస్తిస్త్రః పరవ్రుజాః । ఇన్ద్రఘ్నైషా వో వసుభిరే వాహ్యేవేతి । పశ్చుచితయు ఉపదధాతి । పాఙ్క్తోఽగ్నిః । యావానేవాగ్నిః । తఞ్చినుతే। లోకంపృణయాద్వితీయాముప దధాతి । పఞ్చ పదా వై విరాట్ । తస్యా వా ఇయం పాదః । అన్తరిక్షం పాదః। ద్యౌః పాదః । దిశః పాదః । పరోరజాః । పాదః । విరాజ్యేవ ప్రతితిష్ఠతి । య ఏతమగ్నిఞ్చినుతే । య ఉచైనమేవం వేద ॥ 106

అగ్నిం ప్రణీయోపసమాధాయ । తమభిత ఏతా అబీష్టకా ఉపదధాతి । అగ్నిహోత్రే దర్శపూర్ణమాసయోః । పశుబన్ధే చాతుర్మాస్యేషు । అథో ఆహుః । సర్వేషు యజ్ఞక్రతుష్వితి । అథ హస్మాహారుణస్స్వాయంభువః । సావిత్ర స్సర్వోఽగ్నిరిత్య ననుషఙ్గం మన్యామహే । నానా వా ఏతేషాం వీర్యాణి। కమగ్నిఞ్చి నుతే ॥ 107

సత్రియమగ్నిఞ్చిన్వానః । కమగ్నిఞ్చినుతే। సావిత్రమ గ్నిఞ్చిన్వానః । కమగ్నిఞ్చినుతే । నాచికేతమగ్నిఞ్చిన్వానః। కమగ్నిఞ్చినుతే। చాతుర్హోత్రియ మగ్నిఞ్చిన్వానః । కమగ్ని-ఞ్చినుతే । వైశ్వసృజమగ్నిఞ్చిన్వానః । కమగ్నిఞ్చినుతే॥ 108

ఉపానువాక్యమాశుమగ్నిశ్చిన్వానః । కమగ్నిశ్చినుతే । ఇమమారుణకేతుక మగ్నిశ్చిన్వాన ఇతి । వృషా వా అగ్నిః । వృషాణౌ సꣳస్ఫాలయేత్ । హన్యేతాస్య యజ్ఞః । తస్మాన్నా నుషజ్యః । సోత్తరవేదిషుక్రతుషు చిన్వీత । ఉత్తరవేద్యా గ్ఘ్యగ్నిశ్చీయతే । ప్రజాకామశ్చిన్వీత ॥ 109

ప్రాజాపత్యో వా ఏషోఽగ్నిః । ప్రాజాపత్యాః ప్రజాః । ప్రజావాన్ భవతి । య ఏవం వేద । పశుకామశ్చిన్వీత । సంజ్ఞానం వా ఏతత్ పశూనామ్ । యదాపః । పశూనామేవ సంజ్ఞానే ఽగ్నిశ్చినుతే । పశుమాన్ భవతి । య ఏవం వేద ॥ 110

వృష్టికామశ్చిన్వీత । ఆపో వై వృష్టిః । పర్జన్యోవర్షుకో-భవతి । య ఏవం వేద । ఆమయావీ చిన్వీత । ఆపో వై భేషజమ్ । భేషజమేవాస్మై కరోతి । సర్వమాయురేతి । అభిచరగ్గ్శ్చి న్వీత । వజ్రో వా ఆపః ॥ 111

వజ్రమేవ భ్రాతృవ్యేభ్యః ప్రహరతి । స్తృణుత ఏనమ్ । తేజస్కామో యశస్కామః । బ్రహ్మవర్చసకామస్స్వర్గ కామశ్చిన్వీత । ఏతావద్వా వాస్తి । యావదేతత్ । యావదేవాస్తి తదవరున్ధే । తస్యైతద్వ్రతమ్ । వర్షతి న ధావేత్ ॥ 112

అమృతత్వంవా ఆపః । అమృతస్యానన్తరిత్యై । నాప్సు మూత్ర
పురీషఙ్కుర్యాత్ । న నిష్ఠీవేత్ । న వివసనస్స్నాయాత్ । గుహ్యో
వా ఏషోఽగ్నిః । ఏతస్యాగ్నేరనతిదాహాయ । న పుష్కరపర్ణాని
హిరణ్యంవాఽధితిష్ఠేత్ । ఏతస్యాగ్నేరనభ్యారోహాయ । న
కూర్మస్యాశ్నీయాత్ । నోదకస్యాఘాతుకాన్యేనమోదకాని భవన్తి ।
అఘాతుకా ఆపః । య ఏతమగ్నిఞ్చినుతే । ఉచైనమేవం
వేద ॥ 113

ఇమానుకం భువనా సీషధేమ । ఇన్ద్రశ్చ విశ్వే చ దేవాః ।
యజ్ఞఞ్చ నస్తన్వఞ్చ ప్రజాఞ్చ । ఆదిత్యై రిన్ద్రస్సహ సీషధాతు ।
ఆదిత్యైరిన్ద్రస్సగణో మరుద్భిః । అస్మాకం భూత్వవితా
తనూనామ్ । ఆప్లవస్వ ప్రప్లవస్వ । ఆణ్డీభవజ మా ముహుః ।
సుఖాదీన్దః ఖనిధనామ్ । ప్రతిముఞ్చస్వ స్వాం పురమ్ ॥ 114

మరీచయస్స్వాయంభువాః । యే శరీరాణ్యకల్పయన్ ।
తే తే దేహఙ్కల్పయన్తు । మా చ తే ఖ్యాస్మ తీరిషత్ । ఉత్తిష్ఠత మా
స్వప్త । అగ్నిమిచ్ఛధ్వం భారతాః । రాజ్ఞస్సోమస్య
తృప్తాసః । సూర్యేణ సయుజోషసః । యువాసువాసాః ।
అష్టాచక్రా నవద్వారా ॥ 115

దేవానాం పూరయోధ్యా । తస్యాꣳ హిరణ్మయః కోశః । స్వర్గో లోకో జ్యోతిషాఽఽవృతః । యో వై తాం బ్రహ్మణో వేద । అమృతేనాఽఽవృతాం పురీమ్ । తస్మై బ్రహ్మ చ బ్రహ్మా చ । ఆయుః కీర్తిం ప్రజాన్దదుః । విభ్రాజమానాꣳ హరిణీమ్ । యశసా సంపరీవృతామ్ । పురꣳ హిరణ్మయీం బ్రహ్మా ॥ 116

వివేశాఽపరజితా । పరాజ్ఞేత్యజ్యామయీ । పరాజ్ఞేత్య నాశకీ। ఇహచాముత్రచాన్వేతి । విద్వాన్దేవాసురానుభయాన్ । యత్కుమారీ మన్ద్రయతే । యద్యోషిద్యత్పతివ్రతా । అరిష్టం యత్కించ క్రియతే । అగ్నినస్తదనువేధతి । అశృతాస శ్శృతాసశ్చ ॥ 117

యజ్వానో యేఽప్యయజ్వనః । స్వర్యన్తో నాపేక్షన్తే । ఇన్ద్రమగ్నిఇచ్ఛ యే విదుః । సికతా ఇవ సంయన్తి । రశ్మిభిస్సము దీరితాః । అస్మాల్లోకాదముష్మాచ్చ । ఋషిభిరదాత్పృశ్నిభిః । అపేత వీత వి చ సర్పతాతః । యేఽత్రస్థ-పురాణా యే చ నూతనాః । అహోభిరద్భిరక్తుభిర్వ్యక్తమ్ ॥ 118

యమో దదాత్వవసానమస్మై । నృ ముణన్తు నృపాత్వర్యః। అక్షృష్టా యే చ కృష్టజాః । కుమారీషు కనీనీషు । జారిణీషు చ

యే హితాః । రేతఃపీతా అణ్డపీతాః । అఙ్గారేషు చ యే హుతాః।
ఉభయాన్ పుత్రపౌత్రకాన్ । యువేఽహం యమరాజగాన్।
శతమిన్నుశరదః ॥ 119

అదో యద్బ్రహ్మ విలబమ్ । పితృణాఞ్చ యమస్య చ ।
వరుణస్యాశ్వినోరగ్నేః । మరుతాఞ్చ విహాయసామ్ । కామప్రయ
వణం మే అస్తు । స హ్యేవాస్మి సనాతనః । ఇతి నాకో బ్రహ్మిశ్రవో
రాయో ధనమ్ । పుత్రానాపో దేవీరిహాఽఽహిత ॥ 120

విశీర్ష్ణీం గృధ్రశీర్ష్ణీం చ। అపేతో నిరఋతిగ్ం హథః।పరిబాధగ్గ్
శ్వేతకుక్షమ్ । నిజంఘగ్ం శబలోదరమ్ । స తాన్ వాచ్యాయయా
సహ । అగ్నే నాశయ సన్దృశః । ఈర్ష్యాసూయే బుభుక్షామ్ ।
మన్యుం కృత్యాం చ దీధిరే । రథేన కిగ్ం శుకావతా । అగ్నే నాశయ
సన్దృశః ॥ 121

పర్జన్యాయ ప్రగాయత । దివస్పుత్రాయ మీఢుషే । స
నో యవసమిచ్ఛతు । ఇదం వచః పర్జన్యాయ స్వరాజే । హృదో
అస్త్వన్తరన్తద్యుయోత । మయోభూర్వాతో విశ్వకృష్ట
యస్సన్త్వస్మే । సుపిప్పలా ఓషధీర్దేవగోపాః । యో గర్భమోషధీనామ్।
గవాఙ్కృణోత్యర్వతామ్ । పర్జన్యః పురుషీణామ్॥ 122

పునర్మామైత్విన్ద్రియమ్ । పునరాయుః పునర్భగః ।
పునర్బ్రాహ్మణమైతు మా । పునర్ద్రవిణమైతు మా ।
యన్మేఽద్య రేతః పృథివీమస్కాన్। యదోషధీరప్య
సరద్యదాపః । ఇదన్తత్పునరాదదే। దీర్ఘాయుత్వాయ వర్చసే ।
యన్మే రేతః ప్రసిచ్యతే । యన్మ ఆజాయతే పునః । తేన
మామమృతం కురు । తేన సుప్రజసంకురు ॥ 123

అద్భ్యస్తిరోధాఽజాయత । తవ వైశ్రవణస్సదా ।
తిరోధేహి సపత్నాన్నః । యే అపోఽశ్నన్తి కేచన । త్వాష్ట్రీం
మాయాం వైశ్రవణః । రథꣳసహస్రవన్ధురమ్ । పురుశ్చక్రꣳ
సహస్రాశ్వమ్ । ఆస్థాయాయాహి నో బలిమ్। యస్మై భూతాని
బలిమావహన్తి। ధనఙ్గావో హస్తిహిరణ్యమశ్వాన్ ॥ 124

అసామ సుమతౌ యజ్ఞియస్య । శ్రియం బిభ్రతో
ఉన్నముఖీం విరాజమ్ । సుదర్శనే చ క్రౌఞ్చే చ । మైనాగే చ
మహాగిరౌ । శతద్వాట్టారగమన్తా । సꣳహార్యన్నగరం తవ ఇతి
మన్త్రాః । కల్పోఽత ఊర్ధ్వం । యది బలిꣳహరేత్ ।
హిరణ్యనాభయే వితుదయే కౌబేరాయాయం బలిః॥ 125

సర్వభూతాధిపతయే నమ ఇతి। అథ బలిꣳ
హృత్వోపతిష్ఠేత। క్షత్రం క్షత్రం వైశ్రవణః । బ్రాహ్మణా వయꣳస్మః।

నమస్తే అస్తు మా మా హిꣳసీః । అస్మాత్ప్రవిశ్యాన్నమద్ధీతి ।
అథ తమగ్నిమాదధీత । యస్మిన్నేతత్కర్మ ప్రయుఞ్జీత। తిరోధా
భూః । తిరోధా భువః॥ 126

తిరేధాస్స్వః । తిరోధా భూర్భువస్స్వః । సర్వేషాం
లోకానామాధిపత్యే సీదేతి। అథ తమగ్నిమిన్ధీత । యస్మిన్నే
తత్కర్మ-ప్రయుఞ్జీత । తిరోధా భూస్స్వాహా । తిరోధా
భువస్స్వాహా। తిరోధాస్స్వస్స్వాహా। తిరోధాభూర్భువస్స్వస్స్వాహా।
యస్మిన్నస్య కాలే సర్వా ఆహుతీర్హుతా భవేయుః॥ 127

అపి బ్రాహ్మణముఖీనాః । తస్మిన్నహ్నః కాలే ప్రయుఞ్జీత।
పరస్సుప్తజనాద్వేపి । మాస్మ ప్రమాద్యన్తమాధ్యాపయేత్ ।
సర్వార్థాస్సిధ్యన్తే । య ఏవం వేద । క్షుధ్యన్నిదమజానతామ్।
సర్వార్థా న సిద్ధ్యన్తే । యస్తేవిఘాతుకో భ్రాతా । మమాన్తర్
హృదయే శ్రితః ॥ 128

తస్మా ఇమమగ్రపిణ్డజుహోమి । స మేఽర్థాన్మావివధీత్।
మయి స్వాహా । రాజాధిరాజాయ ప్రసహ్యసాహినే । నమో
వయం వైశ్రవణాయ కుర్మహే । స మే కామాన్కామకామాయ

మహ్యమ్ । కామేశ్వరో వైశ్రవణో దదాతు । కుబేరాయ వైశ్రవణాయ। మహారాజాయ నమః । కేతవో అరుణాసశ్చ । ఋషయో వాతరశనాః। ప్రతిష్ఠాం శతధా హి । సమాహితాసో సహస్ర ధాయసమ్ । శివానశ్శన్తమా భవన్తు । దివ్యా ఆప ఓషధయః । సుమృడీకా సరస్వతి । మా తే వ్యోమ సన్దృశి ॥ 129

సంవత్సరమేతద్వ్రతం చరేత్। ద్వౌ వా మాసౌ । నియమస్సమాసేన। తస్మిన్నియమవిశేషాః । త్రిషవణముద కోపస్పర్శీ । చతుర్థకాలపానభక్తస్స్యాత్ । అహరహర్వా భైక్షమశ్నీయాత్ । ఔదుంబరీభిస్సమిద్భిరగ్నింపరిచరేత్ । పునర్మామైత్విన్ద్రియమిత్యేతేనానువాకేన।ఉద్ధృత పరిపూతాభిరద్భిః కార్యం కుర్వీత ॥ 130

అసఞ్చయవాన్। అగ్నయే వాయవే సూర్యాయ । బ్రహ్మణే ప్రజాపతయే । చన్ద్రమసే నక్షత్రేభ్యః । ఋతుభ్యస్సంవత్సరాయ। వరుణాయారుణాయేతి వ్రతహోమాః । ప్రవర్గ్యవదాదేశః । అరుణాః కాణ్డఋషయః । అరణ్యే ఉ ధీయీరన్ । భద్రంకర్ణేభిరితి ద్వే జపిత్వా ॥ 131

మహానామ్నీభిరుదకꣳసꣳస్పర్శ్య । తవమాచార్యో
దద్యాత్ । శివానశ్శన్తమేత్యోషధీరాలభతే । సుమృడీకేతి
భూమిమ్। ఏవమపవర్గే । ధేనుర్దక్షిణా । కꣳసంవాసశ్చ
క్షౌమమ్। అన్యద్వా శుక్లమ్ । యథాశక్తి వా । ఏవగ్గ్వాధ్యాయ
ధర్మేణ । అరణ్యేఽధీయీత । తపస్వీ పుణ్యోభవతి తపస్వీ పుణ్యో
భవతి ॥ 132

ఓం భద్రంకర్ణేభిశ్శృణుయామ దేవాః । భద్రం పశ్యేమాక్షభి
ర్యజత్రాః । స్థిరైరఙ్గైస్తుష్టువాꣳసస్తనూభిః । వ్యశేమ
దేవహితం యదాయుః ॥ స్వస్తి న ఇన్ద్రో వృద్ధశ్రవాః । స్వస్తినః
పూషా విశ్వవేదాః । స్వస్తి నస్తార్క్ష్యో అరిష్టనేమిః । స్వస్తి నో
బృహస్పతిర్దధాతు ॥ 133

॥ఓం శాన్తిః శాన్తిః శాన్తిః॥
హరిః ఓం తత్సత్।

31. చతుర్వేదమ్

1. ఓం అగ్నిమీళే పురోహితం యజ్ఞస్య దేవమృత్విజం । హోతారం రత్నధాతమం ॥

2. ఇషేత్వోర్జేత్వా వాయవస్థోపాయవస్థ దేవోవ-స్సవితాప్రార్పయతు శ్రేష్ఠతమాయకర్మణ ఆప్యాయధ్వమఘ్నియా దేవభాగవమూర్జస్వతీః పయస్వతీః ప్రజావతీరనమీవాః అయక్ష్మా మావస్తేన ఈశత మాఘశꣳసః రుద్రస్య హేతిః పరివో వృణక్తు ధ్రువా అస్మిన్ గోపతౌ స్యామ బహ్వీ ర్యజమానస్య పశూన్ పాహి ।

3. అగ్న ఆయాహివీతయే గృణానో హవ్యదాతయే । నిహోతాసత్సి బర్హిషి ।

4. శం నో దేవీరభిష్టయే । ఆపోభవన్తు పీతయే । శంయోరభిస్రవన్తు నః ॥

32. ప్రార్థనా మన్త్రః

1. ఓమ్ గణానాం త్వా గణపతిం హవామహే కవిం కవీనాముప-మశ్రవస్తమమ్ । జ్యేష్ఠరాజం బ్రహ్మణాం బ్రహ్మణస్పత ఆనశ్శృణ్వన్ ఊతిభిః సీదసాదనమ్ ॥

2. ధ్రువన్తే రాజా వరుణో ధ్రువం దేవో బృహస్పతిః । ధ్రువన్త ఇన్ద్రశ్చాగ్నిశ్చ రాష్ట్రం ధారయతాం ధ్రువం ।

3. దేవీం వాచమజనయన్త దేవాః । తాం విశ్వరూపాః-పశవో వదన్తి । సా నో మన్ద్రేషమూర్జన్దుహానా । ధేనుర్వాగస్మాన్ ఉపసుష్టు తైతు ॥

4. యే అర్వాఙ్ ఉతవా పురాణే వేదం విద్వాꣳసమభితో వదన్త్యాదిత్యమేవ తే పరివదన్తి సర్వే అగ్నిం ద్వితీయం తృతీయం చ హꣳసమితి యావతీర్వై దేవతాస్తాస్సర్వా వేదవిది బ్రాహ్మణే వసన్తి తస్మాత్ బ్రాహ్మణేభ్యో వేదవిద్భ్యో దివే దివే నమస్కుర్యాత్ నాశ్లీలం కీర్తయేత్ ఏతా ఏవ దేవతాః ప్రీణాతి ॥

5. పర్వత ఇవావిచాచలిః । ఇన్ద్ర ఇవేహ ధ్రువస్తిష్ఠ

ఇహరాష్ట్రమధారయ । అభితిష్ఠ పృతన్యతః । అధరేసన్తు శత్రవః ఇన్ద్ర ఇవ వృత్రహాతిష్ఠ ॥

6. బుధ్యాస్మహవ్యై ర్నమసోపసద్య । మిత్రం దేవం మిత్రధేయన్నో అస్తు । అనూరాధాన్ హవిషా వర్ధయన్తః । శతం జీవేమ శరదః సవీరాః ॥

7. యదగ్నిం పూర్వఽహర త్యథాగ్నిహోత్రం । భాగధేయేనైవైనం ప్రణయతి । బ్రాహ్మణఆర్షేయ ఉద్ధరేత్ । బ్రాహ్మణోవై సర్వా దేవతాః॥ సర్వాభిరేవైనం దేవతాభిరుద్ధరతి॥

8. నమస్సదసే-నమస్సదసస్పతయే-నమస్సఖీనాం -పురోగాణాం చక్షుషే నమో దివే-నమః పృథివ్యై॥

9. ఆత్వావహన్తు హరయస్సచేతసః - శ్వేతైరశ్వైస్సహ కేతుమద్భిః । వాతాజితై ర్బలవద్భి ర్మనోజవైరాయాహి శీఘ్రం మమ హవ్యాయ-శర్వోమ్ ॥

10. గౌరీమిమాయసలిలాని తక్షత్యేకపదీ ద్విపదీ సా చతుష్పదీ-అష్టాపదీ నవపదీ బభూవుషీ సహస్రాక్షరా పరమే వ్యోమన్।

11. నమో వః కిరికేభ్యో దేవానా హృదయేభ్యో నమో విక్షీణకేభ్యో నమో విచిన్వత్కేభ్యో నమ ఆనిర్హతేభ్యో నమ ఆమీ వత్కేభ్యః

12. అపవిత్రః పవిత్రో వా సర్వావస్థాంగతోపివా। యస్స్మరేత్ పుణ్డరీకాక్షం సబాహ్యాభ్యన్తరః శుచిః॥ భూర్భువస్సువో భూర్భువస్సువో - భూర్భువస్సువః ॥

శుభం భూయాత్

33. ఆ నో భద్రాః

ఋగ్వేదసంహితా మణ్డలమ్ - 1, అష్టకమ్ 1, సూక్తమ్ - 89

ఆ నోభద్రాః క్రతవో యన్తు విశ్వతోఽదబ్ధాసో అపరీతాస ఉద్భిదః। దేవా నోయథాసదమిద్ వృధే అసన్నప్రాయువో రక్షితారో దివేదివే॥1॥ దేవానం భద్రా సుమతిర్ఋజూయతాం దేవానాం రాతిరభి నో ని వర్తతామ్। దేవానాం సఖ్యముప సేదిమ వయం దేవా న ఆయుః ప్రతీరన్తు జీవసే॥2॥ తాన్ పూర్వయా నివిదా హూమహే వయం

భగం మిత్రమదితిం దక్షమస్రిధమ్ । అర్యమణం వరుణం సోమమశ్వినా సరస్వతీ నః సుభగా మయస్కరత్ ॥3॥ తన్నో వాతో మయోభువాతు భేషజం తన్మాతా పృథివీ తత్ పితా ద్యౌః । తద్ గ్రావాణః సోమసుతో మయోభువస్తదశ్వినా శృణుతం ధిష్ణ్యా యువమ్ ॥ 4॥ తమీశానం జగతస్తస్థుషస్పతిం ధియంజిన్వమవసే హూమహే వయమ్ । పూషా నో యథా వేదసామసద్ వృధే రక్షితా పాయురదబ్ధః స్వస్తయే ॥5॥

స్వస్తి న ఇన్ద్రో వృద్ధశ్రవాః స్వస్తి నః పూషా విశ్వవేదాః। స్వస్తి నస్తార్క్ష్యో అరిష్టనేమిః స్వస్తి నో బృహస్పతిర్దధాతు॥ పృషదశ్వా మరుతః పృశ్నిమాతరః శుభం యావానో విదథేషు జగ్మయః । అగ్నిజిహ్వా మనవః సూరచక్షసో విశ్వే నో దేవా అవసా గమన్నిహ॥7॥ భద్రం కర్ణేభిః శృణుయామ దేవా భద్రం పశ్యేమాక్షభిర్యజత్రాః॥ స్థిరైరఙ్గైస్తుష్టువాంసస్తనూభిర్వ్యశేమ దేవహితం యదాయుః ॥8॥ శతమిన్ను శరదో అన్తి దేవా యత్రా నశ్చక్రా జరసం తనూనామ్ । పుత్రాసో యత్ర పితరో భవన్తి మా నో మధ్యారీరిషతాయుర్గన్తోః॥9॥

అదితిర్ద్యైరదితిరన్తరిక్ష-మదితిర్మాతా స పితా స పుత్రః। విశ్వే
దేవా అదితిః పఞ్చ జనా అదితిర్జాతమ దితిర్జనిత్వమ్ ॥ 10॥

34. రోగ నివారణసూక్తమ్

(కాణ్డమ్.1 ప్రపాఠకః 1 అనువాకః 3 సూక్తమ్ 12)

జరాయుజః ప్రథమ ఉస్రియో వృషా వాత
భ్రజాస్తనయన్నేతి వృష్ట్యా । స నో మృడాతి తన్వ ఋజుగో
రుజన్ య ఏకమోజస్త్రేధా విచక్రమే॥1॥ అఙ్గే అఙ్గే శోచిషా
శిశ్రియాణం నమస్యన్తస్త్వా హవిషా విధేమ। అఙ్కాన్త్సమఙ్కాన్
హవిషా విధేమ యో అగ్రభీత్ పర్వాస్యాగ్రభీతా॥2॥ ముఞ్చ
శీర్షక్త్యా ఉత కాస ఏనం పరుష్పరురావివేశా యో అస్య।
యో అభ్రజా వాతజా యశ్చ శుష్మో వనస్పతీన్త్సచతాం
పర్వతాంశ్చ॥3॥ శం మే పరస్మై గాత్రాయ శమస్త్వవరాయ
మే । శం మే చతుర్భ్యో అఙ్గేభ్యః శమస్తు తన్వే3 మమ॥4॥

35. ఘోష శాన్తిః

ఓం శం నో వాతః పవతాం మాతరిశ్వా శం నస్తపతు సూర్యః। అహాని శం భవన్తు నశ్శꣳరాత్రిః ప్రతిధీయతామ్। శముషానో వ్యుచ్ఛతు శమాదిత్య ఉదేతు నః । శివా నశ్శన్తమాభవ సుమృడీకా సరస్వతి ।

మాతే వ్యోమ సన్దృశి । ఇడాయైవాస్త్వాసి వాస్తు మద్వాస్తుమన్తో భూయాస్మ మా వాస్తోశ్ఛిథ్స్మహ్యవాస్తు స భూయాద్యో ఽస్మాన్ద్వేష్టి యం చ వయం ద్విష్మః ।

ప్రతిష్ఠాసి ప్రతిష్ఠావన్తో భూయాస్మ మా ప్రతిష్ఠాయాః శ్ఛిథ్స్మహ్య ప్రతిష్ఠస్స భూయాద్యోఽస్మాన్ద్వేష్టి యం చ వయం ద్విష్మః । ఆవాతవాహి భేషజం వివాతవాహి యద్రపః । త్వꣳహి విశ్వభేషజో దేవానాం దూత ఈయసే। ద్వావిమౌ వాతౌ వాత ఆసిన్ధోరాపరావతః ॥

దక్షం మే అన్య ఆవాతు పరాన్యోవాతు యద్రపః। యదదోవాతతే గృహేఽమృతస్య నిధిర్హితః। తతో నో దేహి జీవసే తతో నో ధేహి భేషజమ్ । తతో నో మహ ఆవహ వాత ఆవాతు భేషజమ్ ।

శమ్మ్ఫార్మమ్మోభూర్న్హేప్దేప్రణ ఆయూక్షితారిషత్। ఇన్ద్రస్య గృహోఽసి తం త్వా ప్రపద్యే సగ్గుస్సాశ్వః। సహయన్మే అస్తి తేన। భూః ప్రపద్యే భువః ప్రపద్యే సువః ప్రపద్యే భూర్భువస్సువః ప్రపద్యే వాయుం ప్రపద్యేనార్తాం దేవతాం ప్రపద్యేఽశ్మానమాఖణం ప్రపద్యే ప్రజాపర్తేబ్రహ్మకోశం బ్రహ్మప్రపద్య ఓం ప్రపద్యే।

అన్తరిక్షం వ ఉర్వన్తరం బృహదగ్నయః పర్వతాశ్చ యయా వాతః స్వస్త్యా స్వస్తిమాన్తయా స్వస్త్యా స్వస్తిమానసాని। ప్రాణాపానౌ మృత్యోర్మాపాతం ప్రాణాపానౌ మా మా హాసిష్టం మయి మేధాం మయి ప్రజాం మయ్యగ్నిస్తేజో దధాతు మయి మేధాం మయి ప్రజాం మయీన్ద్ర ఇన్ద్రియం దధాతు మయి మేధాం మయి ప్రజాం మయి సూర్యో భ్రాజో దధాతు॥

ద్యుభిరక్తుభిః పరిపాతమస్మానరిష్టేభిరశ్వినా సౌభగేభిః। తన్నో మిత్రో వరుణో మామహన్తామదితిః సిన్ధుః పృథివీ ఉతద్యౌః। కయానశ్చిత్ర ఆభువ దూతీ సదావృధస్సఖా।

కయాశచిష్ఠయా వృతా। కస్త్వా సత్యో మదానాం మఀహిష్ఠో మత్సదన్ధసః। దృఢా చిదారుజే వసు। అభీషణ స్సఖీనామవితా జరితౄణామ్।

శతం భవాస్యూతిభిః ।వయస్సుపర్ణా ఉపసేదురిన్ద్రం ప్రియమేధా ఋషయో నాధమానాః । అపధ్వాన్తమూర్ణుహి పూర్ధిచక్షుర్ముముగ్ధ్యస్మాన్నిధయేవ బద్ధాన్ ।

శం నో దేవీరభిష్టయ ఆపో భవన్తు పీతయే । శంయో రభిస్రవన్తు నః ॥

ఈశానావార్యాణాం క్షయన్తీశ్చర్షణీనామ్ । అపో యాచామి భేషజమ్। సుమిత్రాన ఆప ఓషధయః సన్తు దుర్మిత్రాస్తస్మై భూయాసుర్యోఽస్మాన్ద్వేష్టి యం చ వయం ద్విష్మః।

ఆపో హి ష్ఠా మయోభువస్తా న ఊర్జే దధాతన । మహేరణాయ చక్షసే । యో వః శివతమో రసస్తస్య భాజయతేహ నః । ఉశతీరివ మాతరః । తస్మా అరంగమామవో యస్య క్షయాయ జిన్వథ । ఆపో జనయథా చ నః ।

పృథివీ శాన్తా సాగ్నినా శాన్తా సామే శాన్తా శుచగ్ం-శమయతు। అన్తరిక్షగ్ం శాన్తం తద్వాయునా శాన్తం తన్మేశాన్తం శుచగ్ంశమయతు। ద్యౌశ్శాన్తా సాదిత్యేన శాన్తా సామే శాన్తా శుచగ్ం శమయతు।

పృథివీ శాన్తిరన్తరిక్షగ్ం శాన్తిర్ద్యౌ శ్శాన్తి ర్దిశశ్శాన్తి-రవాన్తరదిశా శ్శాన్తి-రగ్నిశ్శాన్తిర్వాయుశ్శాన్తి-రాదిత్యశ్శాన్తి-శ్చన్ద్రమాశ్శాన్తి-

ర్నక్షత్రాణిశాన్తి-రాపశ్శాన్తి రోషధయశ్శాన్తిర్వనస్పతయశ్శాన్తి-ర్గౌశ్శాన్తి-రజాశాన్తి-రశ్వశ్శాన్తిః-పురుషశ్శాన్తి-ర్బ్రహ్మ శాన్తి-ర్బ్రాహ్మణ శ్శాన్తి-శ్శాన్తిరేవ శాన్తిశ్శాన్తిర్మే అస్తు శాన్తిః ।

తయాహꣳ-శాన్త్యా సర్వశాన్త్యా మహ్యం ద్విపదే చతుష్పదే చ శాన్తిం కరోమి శాన్తిర్మే అస్తు శాన్తిః ॥

ఏహ శ్రీశ్చ హ్రీశ్చ ధృతిశ్చ తపో మేధా ప్రతిష్ఠా శ్రద్ధా సత్యం ధర్మశ్చైతాని మోత్తిష్ఠన్త-మనూత్తిష్ఠన్తు మామాꣳ-శ్రీశ్చ హ్రీశ్చ-ధృతిశ్చ తపో మేధా ప్రతిష్ఠా శ్రద్ధా సత్యం ధర్మశ్చైతాని మా మా హాసిషుః ।

ఉదాయుషా స్వాయుషోదోషధీనాꣳ రసేనోత్పర్జన్యస్య శుష్మేణోదస్థా మమృతాꣳ అను । తచ్చక్షుర్దేవహితం పురస్తాచ్ఛుక్రముచ్చరత్ ।

పశ్యేమ శరదశ్శతం జీవేమ శరదశ్శతం నన్దామ శరదశ్శతం మోదామ శరదశ్శతం భవామ శరదశ్శతꣳ శృణవామ శరదశ్శతం ప్రబ్రవామ శరదశ్శతమజీ-తాస్యామ శరదశ్శతం జ్యోక్చ సూర్యం దృశే ।

య ఉదగాన్మహతోఽర్ణవాద్విభ్రాజమానస్సరిరస్య

మధ్యాత్సవహా వృషభో లోహితాక్షస్సూర్యో విపశ్చిన్మనసా పునాతు ॥

బ్రహ్మణశ్చోతన్యసి బ్రహ్మణ ఆణీస్థో బ్రహ్మణ ఆవపనమసి ధారితేయం పృథివీ బ్రహ్మణా మహీధారితమేనేన మహదన్తరిక్షం దివం దాధార పృథివీꣳసదేవాం యదహం వేద తదహం ధారయాణి మామద్వేదోఽధి విస్రసత్ ।

మేధామనీషే మాఽఽవిశతాꣳసమీచీ భూతస్య భవ్యస్యావరుద్ధ్యై సర్వమాయురయాణి సర్వమాయురయాణి ।

ఆభిర్గీర్భిర్యదతోన ఊనమాప్యాయయ హరివో వర్ధమానః। యదాస్తోతృభ్యో మహి గోత్రా రుజాసి భూయిష్ఠభాజో అధ తే స్యామ। బ్రహ్మ ప్రావాదిష్మ తన్నో మా హాసీత్ ॥

ఓం శాన్తిః శాన్తిః శాన్తిః ॥

36.శాంతి పంచకమ్

ఓం శం నో మిత్రః శం వరుణః। శం నో భవత్వర్యమా। శం
న ఇన్ద్రో బృహస్పతిః। శం నో విష్ణురురుక్రమః। నమో బ్రహ్మణే।
నమస్తే వాయో। త్వమేవ ప్రత్యక్షం బ్రహ్మాసి। త్వామేవ ప్రత్యక్షం
బ్రహ్మ వదిష్యామి। ఋతం వదిష్యామి। సత్యం వదిష్యామి।
తన్మామవతు। తద్వక్తారమవతు। అవతు మామ్। అవతు
వక్తారమ్॥ ఓం శాన్తిః శాన్తిః శాన్తిః 1

ఓం శం నో మిత్రః శం వరుణః। శం నో భవత్వర్యమా। శం
న ఇన్ద్రో బృహస్పతిః। శం నో విష్ణురురుక్రమః। నమో బ్రహ్మణే।
నమస్తే వాయో। త్వమేవ ప్రత్యక్షం బ్రహ్మాసి। త్వామేవ ప్రత్యక్షం
బ్రహ్మ వదిషమ్। ఋతమవాదిషమ్। సత్యమ వాదిషమ్। తన్మామావీత్।
తద్వక్తారమావీత్। ఆవీన్మామ్ ఆవీద్వక్తారమ్।ఓం శాన్తిః శాన్తిః శాన్తిః2

ఓం సహ నావవతు। సహనౌ భునక్తు। సహ వీర్యం
కరవావహై। తేజస్వినావధీత-మస్తు మా విద్విషావహై। ॥ ఓం
శాన్తిః శ్శాన్తిః శ్శాన్తిః ॥ 3

ఓం నమో వాచే యా చోదితా యా చానుదితా తస్యై వాచే
నమో నమో వాచే నమో వాచస్పతయే నమ ఋషిభ్యో

మన్త్రకృద్భ్యో మన్త్రపతిభ్యో మామామృషయో మన్త్రకృతో మన్త్రపతయః పరాదుర్మాఽహమృషీన్మన్త్రకృతో మన్త్రపతీన్పరాదాం వైశ్వదేవీం వాచముద్యాసꣳశివామద-స్తాంజుష్టాం దేవేభ్యః శర్మ మే ద్యౌః శర్మపృథివీ శర్మ విశ్వమిదం జగత్ । శర్మ చన్ద్రశ్చ సూర్యశ్చ శర్మ బ్రహ్మప్రజాపతీ । భూతం వదిష్యే భువనం వదిష్యే తేజో వదిష్యే యశో వదిష్యే తపో వదిష్యే బ్రహ్మ వదిష్యే సత్యం వదిష్యే తస్మా అహమిదము పస్తరణ-ముపస్తృణ ఉపస్తరణం మే ప్రజాయై పశూనాం భూయాదుపస్తరణమహం ప్రజాయై పశూనాం భూయాసం ప్రాణాపానౌ మృత్యోర్మాపాతం ప్రాణాపానౌ మా మాహాసిష్టం మధుమనిష్యే మధు జనిష్యే మధు వక్ష్యామి మధు వదిష్యామి మధుమతీం దేవేభ్యో వాచముద్యాసꣳ శుశ్రూషేణ్యాం మనుష్యేభ్యస్తం మా దేవా అవన్తు శోభాయై పితరోఽ-నుమదన్తు ॥ ఓం శాన్తిః శాన్తిః శాన్తిః 4

ఓం తచ్ఛం యోరావృణీమహే । గాతుం యజ్ఞాయ। గాతుం యజ్ఞపతయే। దైవీ స్వస్తిరస్తు నః। స్వస్తిర్మా నుషేభ్యః। ఊర్ధ్వం జిగాతు భేషజమ్। శం నో అస్తు ద్విపదే । శం చతుష్పదే॥ ఓం శాన్తిః శాన్తిః శాన్తిః 5

37. నక్షత్ర వాక్యమ్ (స్వాహా కారమ్)

ఆగ్నయ స్వాహా కృత్తికాభ్యః స్వాహా । అవమ్బాయై
స్వాహా దులాయై స్వాహా । నితత్న్యై స్వాహాఽభ్రయన్త్యై
స్వాహా । మేఘయన్త్యై స్వాహా వర్షయన్త్యై స్వాహా ।
చుపుణికాయై స్వాహా । ప్రజాపతయే స్వాహా రోహిణ్యై
స్వాహా । రోచమానాయై స్వాహా ప్రజాభ్యః స్వాహా ।
సోమాయ స్వాహా మృగశీర్షాయ స్వాహా । ఇన్వకాభ్యః స్వాహా
ఓషధీభ్యః స్వాహా । రాజ్యాయ స్వాహాఽభిజిత్యై స్వాహా ।
రుద్రాయ స్వాహాఽఽర్ద్రాయై స్వాహా । పిన్వమానాయై
స్వాహా పశుభ్యః స్వాహా । అదిత్యై స్వాహా పునర్వసుభ్యామ్ ।
స్వాహా భూత్యై స్వాహా ప్రజాత్యై స్వాహా । బృహస్పతయే
స్వాహా తిష్యాయ స్వాహా । బ్రహ్మవర్చసాయ స్వాహా । సర్పేభ్యః
స్వాహాఽఽశ్రేషాభ్యః స్వాహా । దన్తశూకైభ్యః స్వాహా । పితృభ్యః
స్వాహా వుఘాభ్యః । స్వహాఽనఘాభ్యః స్వాహాఽగదాభ్యః ।
సవాహాఽరున్ధతీభ్యః స్వాహా । అర్యవ్ణే స్వాహా
ఫల్గునీభ్యాగ్ం స్వాహా । పశుభ్యః స్వాహా । భగాయ స్వాహా ।
ఫల్గునీభయాగ్ం స్వాహా । శ్రైష్ఠ్యాయ స్వాహా । సవిత్రే స్వాహా
హస్తాయ ।స్వాహా దదతే స్వాహా పృణతే । స్వాహా

ప్రయచ్ఛతే స్వాహా ప్రతిగృహ్ణతే స్వాహా । త్వష్ట్రే స్వాహా చిత్రాయై స్వాహా । చైత్రాయ స్వాహా ప్రజాయై స్వాహా । వాయవే స్వాహా నిష్ట్యాయై స్వాహా । కామచారాయ స్వాహా ఽభిజిత్యై స్వాహా । ఇన్ద్రాగ్నిభ్యాꣳ స్వాహా విశాఖాభ్యాꣳ స్వాహా । శ్రైష్ఠ్యాయ స్వాహా ఽభిజిత్యై స్వాహా । పౌర్ణమాస్యై స్వాహా కామాయ స్వాహా గత్యై స్వాహా ।

మిత్రాయ స్వాహా ఽనూరాధేభ్యః స్వాహా । మిత్రధేయాయ స్వాహా ఽభిజిత్యై స్వాహా । ఇన్ద్రాయ స్వాహా జేష్ఠాయై స్వాహా । జ్యైష్ఠ్యాయ స్వాహా ఽభజిత్యై స్వాహా । ప్రజాపతయే స్వాహా మూలాయ స్వాహా । ప్రజాయై స్వాహా । అద్భ్యః స్వాహా ఽషాఢాభ్యః స్వాహా । సముద్రాయ స్వాహా కామాయ స్వాహా । అభిజిత్యై స్వాహా । విశ్వేభ్యో దేవేభ్యః స్వాహా ఽషాఢాభ్యః స్వాహా । అనపజయ్యాయ స్వాహా జిత్యై స్వాహా । బ్రహ్మణే స్వాహా ఽభిజితే స్వాహా । బ్రహ్మలోకాయ స్వాహా ఽభిజిత్యై స్వాహా । విష్ణవే స్వాహా శ్రోణాయై స్వాహా । శ్లోకాయ స్వాహా శ్రుతాయ స్వాహా । వసుభ్యః స్వాహా శ్రవిష్ఠాభ్యః స్వాహా । అగ్రాయ స్వాహా ప్రీత్యై స్వాహా । వరుణాయ స్వాహా

శతభిషజే స్వాహా । భేషజేభ్యః స్వాహా । అజాయైకపదే స్వాహా
ప్రోష్ఠపదేభ్యః స్వాహా । తేజసే స్వాహా బ్రహ్మవర్చసాయ స్వాహా ।
అహయే బుధ్నియాయ స్వాహా ప్రోష్ఠపదేభ్యః స్వాహా ।
ప్రతిష్ఠాయై స్వాహా । పూష్ణే స్వాహా రేవత్యై స్వాహా । పశుభ్యః
స్వాహా । అశ్విభ్యాꣳ స్వాహాఽశ్వయుగ్భ్యాꣳ స్వాహా । శ్రోత్రాయ
స్వాహా శ్రుత్యై స్వాహా । యమాయ స్వాహాఽపభరణీభ్యః
స్వాహా।రాజ్యాయ స్వాహాఽభిజిత్యై స్వాహా ।
అమావాస్యాయై స్వాహా కామాయ స్వాహా గత్యై స్వాహా ।

చన్ద్రమసే స్వాహా ప్రతీదృశ్యాయై స్వాహా । అహో
రాత్రేభ్యః స్వాహాఽర్ధమాసేభ్యః స్వాహా ।మాసేభ్యః
స్వాహర్తుభ్యః స్వాహా । సంవత్సరాయ స్వాహా । అహ్నే స్వాహా
రాత్రియై స్వాహా । అతిముక్త్యై స్వాహా । ఉషసే
స్వాహా వ్యుష్ట్యై స్వాహా । వ్యూషుష్యై స్వాహా వ్యుచ్ఛన్త్యై స్వాహా ।
వ్యుష్టాయై స్వాహా నక్షత్రాయ స్వాహా తైష్యతే స్వాహా ।
ఉద్యతే స్వాహోదితాయ స్వాహా ।హరసే స్వాహా భరసే స్వాహా ।
భ్రాజసే స్వాహా తేజసే స్వాహా । తపసే స్వాహా
బ్రహ్మవర్చసాయ స్వాహా । సూర్యాయ స్వాహా నక్షత్రేభ్యః

స్వాహా । ప్రతిష్ఠాయై స్వాహా । అదిత్యై స్వాహా ప్రతిష్ఠాయై స్వాహా విష్ణవే స్వాహా యజ్ఞాయ స్వాహా । ప్రతిష్ఠాయై స్వాహా ।

38. గాయత్రీమన్త్ర

ఘనపాఠః

తథ్సవితు-స్సవితు-స్తత్తథసవితుర్వరేణ్యం వరేణ్యꣳ సవితుస్తత్తథసవితుర్వరేణ్యమ్।

సవితుర్వరేణ్యం వరేణ్యꣳ సవితు-స్సవితుర్వరేణ్యం భర్గో భర్గో వరేణ్యꣳ సవితు-స్సవితుర్వరేణ్యం భర్గః।

వరేణ్యం భర్గో భర్గో వరేణ్యం వరేణ్యం భర్గో దేవస్య దేవస్య భర్గోవరేణ్యం వరేణ్యం భర్గో దేవస్య।

భర్గో దేవస్య దేవస్య భర్గో భర్గో దేవస్య ధీమహి ధీమహి దేవస్య భర్గో భర్గో దేవస్య ధీమహి।

దేవస్య ధీమహి ధీమహి దేవస్య దేవస్య ధీమహి। ధీమహీతి ధీమహి।

ధియో॒ యో యో ధియో॒ ధియో॒ యో నో నో॒ ధియో ధియో॒ ధియో॒ యోన॑ః।

యో నో నో॒ యో యోన॑ః ప్రచో॒దయా᳚త్ప్రచో॒దయా᳚న్నో॒ యో యోన॑ః ప్రచో॒దయా᳚త్ ।

నః॒ ప్రచో॒దయా᳚త్ ప్రచో॒దయా᳚న్నో నః ప్రచో॒దయా᳚త్ । ప్రచో॒దయా॒దితి॑ప్రచో॒దయా᳚త్ ॥

39. శివమన్త్రాః

ఘనపాఠః

నమ॑స్తారాయ॑ తా॒రాయ॒ నమో॒ నమ॑స్తారాయ॒ నమో॒ నమ॑స్తారాయ॒ నమ॑ః నమ॑స్తారాయ॒ నమ॑ః।

తా॒రాయ॒ నమో॒ నమ॑స్తారాయ॑ తా॒రాయ॒ నమ॑శ్శమ్భవే᳚ శ॒మ్భవే॒ నమ॑స్తారాయ॑ తా॒రాయ॒ నమ॑శ్శమ్భవే᳚।

నమ॑శ్శమ్భవే᳚ శ॒మ్భవే॒ నమో॒ నమ॑శ్శ॒మ్భవే᳚ చ చ శ॒మ్భవే॒ నమో॒ నమ॑శ్శమ్భవే᳚ చ।

శ॒మ్భవే॑ చ చ శ॒మ్భవే॑ శ॒మ్భవే॑ చ మయో॒భవే॑ మయో॒భవే॑ చ శ॒మ్భవే॑ శ॒మ్భవే॑ చ మయో॒భవే᳚। శ॒మ్భవ॒ ఇతి॑ శంభవే᳚।

చ॒ మ॒యో॒భవే॑ మయో॒భవే॑ చ చ మయో॒భవే॑ చ చ మయో॒భవే॑ చ చ మయో॒భవే॑ చ।

మ॒యో॒భవే॑ చ చ మయో॒భవే॑ మయో॒భవే॑ చ నమో॒ నమ॑శ్చ మయో॒భవే॑ మయో॒భవే॑ చ॒ నమః

మ॒యో॒భవ॒ ఇతి॑మయః భవే᳚

చ॒ నమో॒ నమ॑శ్చ చ॒ నమ॑శ్శంక॒రాయ॑ శంక॒రాయ॒ నమ॑శ్చ చ॒ నమ॑శ్శంక॒రాయ॑ ।

నమ॑శ్శంక॒రాయ॑ శంక॒రాయ॒ నమో॒ నమ॑శ్శంక॒రాయ॑ చ చ శంక॒రాయ॒ నమో॒ నమ॑శ్శంక॒రాయ॑ చ।

శంక॒రాయ॑ చ చ శంక॒రాయ॑ శంకరాయ॑ చ మయస్క॒రాయ॑ మయస్క॒రాయ॑ చ శంక॒రాయ॑ శంక॒రాయ॑ చ మయస్క॒రాయ॑। శంక॒రాయేతి॑శంక॒రాయ॑।

చ॒ మ॒య॒స్కరాయ॑ మయస్క॒రాయ॑ చ చ మయస్క॒రాయ॑ చ చ మయస్క॒రాయ॑ చ చ మయస్క॒రాయ॑ చ।

మ॒య॒స్క॒రాయ॑ చ చ మయస్క॒రాయ॑ మయస్క॒రాయ॑ చ॒ నమో॒ నమ॑శ్చ మయస్క॒రాయ॑ మయస్క॒రాయ॑ చ॒ నమః॥ మ॒య॒స్క॒రాయేతి॑ మయః-కరాయ॑।

చ॒ నమో॒ నమ॑శ్చ చ॒ నమ॑శ్శివాయ॑ శి॒వాయ॒ నమ॑శ్చ చ॒ నమ॑శ్శివాయ॑।

నమ॑శ్శివాయ॑ శి॒వాయ॒ నమో॒ నమ॑శ్శివాయ॑ చ చ శి॒వాయ॒ నమో॒ నమ॑శ్శివాయ॑ చ।

శి॒వాయ॑ చ చ శి॒వాయ॑ శి॒వాయ॑ చ శి॒వత॑రాయ శి॒వత॑రాయ చ శి॒వాయ॑ శి॒వాయ॑ చ శి॒వత॑రాయ॥

ఓం శాన్తిః॒ శాన్తిః॒ శాన్తిః॑

40. సరస్వతీ ప్రార్థనా

॥సంహితాపాఠః॥

ఓం ప్రణో దేవీ సరస్వతీ వాజేభిర్వాజినీవతీ। ధీనామవిత్ర్యవతు॥

॥ఘనపాఠః॥

ప్రణో నః ప్రప్రణో దేవీ దేవీ నః ప్రప్రణో దేవీ।నో దేవీ దేవీ నో నో దేవీ సరస్వతీ సరస్వతీ దేవీ నో నో దేవీ సరస్వతీ।

దేవీ సరస్వతీ సరస్వతీ దేవీ దేవీ సరస్వతీ వాజేభిర్వాజేభిస్సరస్వతీ దేవీ దేవీ సరస్వతీ వాజేభిః।

సరస్వతీ వాజేభిర్వాజేభి-స్సరస్వతీ సరస్వతీ వాజేభి-ర్వాజినీవతీ వాజినీవతీ వాజేభి-స్సరస్వతీ సరస్వతీ వాజేభిర్వాజినీవతీ।

వాజేభిర్వాజినీవతీ వాజినీవతీ వాజేభిర్వాజేభి-ర్వాజినీవతీ। వాజినీవతీతి వాజినీవతీ॥

ధీనా మవిత్ర్యవిత్రీ ధీనాం ధీనామవిత్ర్య-వత్వ వత్వవిత్రీధీనాం ధీనామవిత్ర్యవతు। అవిత్ర్యవ-త్వవ-త్వవిత్ర్యవిత్ర్యవతు। అవత్విత్యవతు॥